കീർത്തനമാലിക

Bodhi Books
Pathiyoor P.O., Kayamkulam
Alappuzha - 690508, Kerala, India
E-mail: bodhibooks03@gmail.com
Tel: +91 9447304886
UDYAM-KL-01-0028313

KERTHANAMALIKA
Compiled by
NSS Vanitha Samajam No. 1407
Karuvatta North
Poems / Malayalam

First Published: February 2024

Typesetting: Bodhi Books
Cover & Book Design:
Chembarathi Creatives, Kottayam

ISBN: 9788195964734

Price **Rs. 130**
Production No. B-B-163-1-50-2-24

Printed and bound in India by
Repro Mumbai

കീർത്തനമാലിക

സമ്പാദനം
എൻഎസ്.എസ്.
വനിതാസമാജം നമ്പർ 1407
കരുവാറ്റാ വടക്ക്

പ്രസിദ്ധീകരണം
എൻ.എസ്.എസ്. കരയോഗം നമ്പർ 132
കരുവാറ്റാ വടക്ക്

സമുദായാചാര്യൻ
ശ്രീ. മന്നത്തു പത്മനാഭൻ

പ്രസാധകക്കുറിപ്പ്

കലിയുഗത്തിൽ പ്രാർത്ഥനകൾക്കു പ്രാധാന്യമുണ്ടെന്ന് ഭാഗവതാദി പുരാണങ്ങൾ നമ്മെ പഠിപ്പിക്കുന്നു. ജീവിതത്തിലെ സംഘർഷങ്ങളും മനസ്സിലെ ഭാരങ്ങളും ഇറക്കിവെച്ച് ഈശ്വരനുമായി ഹൃദയംകൊണ്ട് സംവദിക്കുന്ന മുഹൂർത്തങ്ങളാണ് പ്രാർത്ഥനാവേളകൾ. അതിനായി ധാരാളം പ്രാർത്ഥനാഗീതങ്ങളും പണ്ടുമുതലേ ഉണ്ടായിട്ടുണ്ട്. അത്തരം മനോഹരങ്ങളായ കുറെ പ്രാർത്ഥനകളുടെ സമാഹാരമാണ് ഈ പുസ്തകം. പോയ തലമുറയിൽ നിന്ന് പകർന്നു കിട്ടിയവയും ആധുനികകാലത്ത് പ്രചാരത്തിൽ വന്നവയും ഇക്കൂട്ടത്തിലുണ്ട്. ഓരോ വീടിനെയും ഐശ്വര്യസമ്പന്നമാക്കാൻ ഈ പ്രാർത്ഥനാഗീതങ്ങൾക്ക് കഴിയുമെന്നാണ് ഞങ്ങളുടെ വിശ്വാസം. നിത്യവും ഇവ ചിട്ടയായി ആലപിക്കുന്ന ഓരോ വീട്ടിലും സമാധാനവും സന്തോഷവും കളിയാടട്ടെ എന്നു പ്രാർത്ഥിക്കുകയും ചെയ്യുന്നു.

132-ാം നമ്പർ എൻഎസ്എസ് കരയോഗം ഭരണസമിതി

ബി. രാമചന്ദ്രക്കുറുപ്പ്, ആതിര - പ്രസിഡന്റ്
പ്രദീപ് പോക്കാട്ട് - സെക്രട്ടറി & യൂണിയൻ പ്രതിനിധി
ആർ. മോഹനൻപിള്ള, ആലത്തറ - വൈസ് പ്രസിഡൻറ്
എസ്. മുരുകേശൻ പിള്ള, തപസ്യ - ജോയിൻറ് സെക്രട്ടറി
പി. കെ. വിജയകുമാർ, ദേവിക - ട്രഷറർ
പി. ഭാസ്കരപണിക്കർ, പ്രതിഭ - കമ്മിറ്റിയംഗം
എം. രാധാകൃഷ്ണക്കുറുപ്പ്, പുലരി - കമ്മിറ്റിയംഗം
കെ. ശങ്കരകാരണവർ, പുല്ലംഭാഗത്ത് - കമ്മിറ്റിയംഗം
ആർ. മോഹനൻ നായർ, ചൂരയ്ക്കാട്ട് - കമ്മിറ്റിയംഗം
വി. സനൽകുമാർ, പ്രസന്നാലയം - കമ്മിറ്റിയംഗം
പി. ഹരികുമാർ, വിഷ്ണുകൃപ - കമ്മിറ്റിയംഗം
എസ്. പ്രേമചന്ദ്രപ്പണിക്കർ, അക്ഷയ - ഇലക്ടറൽ പ്രതിനിധി
ആർ രവികുമാർ, കളത്തൂർ - യൂണിയൻ പ്രതിനിധി

1407-ാം നമ്പർ വനിതാ സമാജം ഭരണസമിതി

ശോഭ വി. നായർ, വടക്കെ പെരുമ്പ്രാൽ - പ്രസിഡന്റ്
എസ്. മിനി, പോക്കാട്ട് - സെക്രട്ടറി
കെ. അമൃതകുമാരി, കൈതപ്പറമ്പിൽ - വൈസ് പ്രസിഡന്റ്
ആർ. ദീപ്തി, കാട്ടുവടക്കതിൽ - ജോയിന്റ് സെക്രട്ടറി
ഗിരിജ ബിജു, കോട്ടയ്ക്കകത്ത് - ട്രഷറർ
കെ. രാധികാകുമാരി ,ആതിര - കമ്മിറ്റിയംഗം
എസ് ചന്ദ്രികാമ്മ, ശ്രീഭവനം - കമ്മിറ്റിയംഗം
റ്റി. ഷൈലജ കുമാരി, ശ്രീശൈലം - കമ്മിറ്റിയംഗം
ആർ. ശ്രീരഞ്ജിനി, ഇടവനപുത്തൻപുരയ്ക്കൽ - കമ്മിറ്റിയംഗം
ജയശ്രീ പ്രസന്നൻ, പനവിളയിൽ - കമ്മിറ്റിയംഗം
എസ്. രാജേശ്വരി, നന്ദനം - കമ്മിറ്റിയംഗം

കരുവാറ്റാ,
20-02-2024

ബഹുമാന്യരേ,

കരുവാറ്റാ വടക്ക് എൻ.എസ്.എസ്. കരയോഗം 132ന്റെ പരിധിയിൽ ദീർഘനാളായി പ്രവർത്തിച്ചുവരുന്ന മഹിളാസംഘടനയാണ് 1407-ാം നമ്പർ എൻഎസ്.എസ്. വനിതാസമാജം. ഇതിന്റെ ഇപ്പോഴത്തെ ഭരണസമിതി നമ്മുടെ കുടുംബങ്ങൾക്കായി ആത്മീയരംഗത്ത് ഒരു പുത്തൻ ചുവടുവയ്പ്പ് നടത്താൻ തുടങ്ങുകയാണ്.

ഈശ്വരവിശ്വാസവും ഭക്തിയുടെ അന്തരീക്ഷവും മറ്റും നമ്മുടെ ഭവനങ്ങളിൽ അന്യംനിന്ന് പൊയ്ക്കൊണ്ടിരിക്കുന്ന ഒരു കാലഘട്ടത്തിലൂടെയാണ് നാം ഇപ്പോൾ കടന്ന് പൊയ്ക്കൊണ്ടിരിക്കുന്നത്. അടിക്കടി സംഭവിച്ചുകൊണ്ടിരിക്കുന്ന പ്രകൃതി ദുരന്തങ്ങളും വ്യക്തികളുടെ മാനസിക പിരിമുറുക്കങ്ങളും സംഘർഷങ്ങളും ഈ കലിയുഗത്തിൽ ഒട്ടൊന്നുമല്ല നമ്മെ അലട്ടുന്നത്. ഈശ്വരനാമാർച്ചന മാത്രമാണ് ഇതിനുള്ള ഒരേ ഒരു പോംവഴി.

ഇത്തരം ഒരു സാഹചര്യത്തിൽ നമ്മുടെ ഭവനങ്ങളിലെ സന്ധ്യാവേളകൾ ഈശ്വരനാമമന്ത്രങ്ങളാൽ മുഖരിതമാകണം; നഷ്ടമായിക്കൊണ്ടിരിക്കുന്ന ആദ്ധ്യാത്മികാന്തരീക്ഷം പുനഃസൃഷ്ടിക്കാൻ നമുക്കാകണം. ഇങ്ങനെയൊക്കെയുള്ള ലക്ഷ്യങ്ങളോടുകൂടിയാണ് നാമസങ്കീർത്തനങ്ങളടങ്ങിയ ഈ പുസ്തകം പ്രകാശിതമാക്കാൻ വനിതാസമാജം മുന്നിട്ടിറങ്ങിയത്. ഈ പുസ്തകം എല്ലാവരും വാങ്ങണം. ഇതുവഴി ഭക്തിയുടെയും ഗുരുത്വത്തിന്റെയും സന്ദേശം വളർന്നുവരുന്ന തലമുറയിലേക്ക് പകർന്നുനൽകാൻ ഇടയാകട്ടെ എന്നു പ്രാർത്ഥിക്കുന്നു. ഈ സംരംഭത്തിന് സർവ്വവിധ ഭാവുകങ്ങളും നേർന്നുകൊണ്ട്,

132-ാം നമ്പർ കരയോഗം ഭരണസമിതിക്കുവേണ്ടി,

ബി. രാമചന്ദ്രക്കുറുപ്പ്
(പ്രസിഡന്റ്)

പ്രദീപ് പോക്കാട്ട്
(സെക്രട്ടറി)

ആമുഖം

കരുവാറ്റാ വടക്ക് 132-ാം നമ്പർ എൻഎസ്.എസ്. കരയോഗത്തോടനുബന്ധിച്ച് പ്രവർത്തിച്ചുവരുന്ന 1407-ാം നമ്പർ എൻ.എസ്.എസ്. വനിതാസമാജത്തിന്റെ ദീർഘകാലമായുള്ള ഒരു ആഗ്രഹപൂർത്തീകരണമാണ് ഈ പ്രാർത്ഥനാഗീതങ്ങളിലൂടെ സഫലീകൃതമാകുന്നത്. വനിതാസമാജ ഭരണസമിതി യോഗം കൂടുമ്പോഴും സ്വാശ്രയസംഘയോഗങ്ങൾ കൂടുമ്പോഴും നാമജപം ഒഴിവാക്കാനാകാത്ത ചടങ്ങായി സ്വീകരിച്ചിട്ട് ഏറെ നാളായി. ഈ യോഗങ്ങളിലെല്ലാം ഉയർന്നുവന്ന ഒരു കാതലായ നിർദ്ദേശമായിരുന്നു നമ്മുടെ കുംടുംബങ്ങളിൽ നാമജപത്തിന്റെ പ്രാധാന്യവും മഹത്വവും വെളിവാക്കാൻ സഹായകമായകർമ്മപരിപാടികൾ ആവിഷ്കരിക്കണമെന്നുള്ളത്. ആ ലക്ഷ്യം സാക്ഷാത്കരിക്കാനുള്ള പ്രാരംഭനടപടിയെന്നനിലയിലാണ് ഇങ്ങനെ ഒരു നാമജപപുസ്തകം തയ്യാറാക്കിയത്. കലികാല മഹാദുരിതത്തിന്റെ അളവുകുറയ്ക്കാനുള്ള ഏക ഉപാധിയാണ് നാമജപാർച്ചന.

ഈ പുസ്തകത്തിൽ ഉൾപ്പെടുത്തിയിരിക്കുന്ന ജപമന്ത്രങ്ങളും കീർത്തനങ്ങളും നമ്മുടെയെല്ലാം ഭവനങ്ങളിൽ വളരെപ്പണ്ടുമുതലേ വായ്മൊഴിയിലൂടെ പ്രചരിച്ചിരുന്നവയാണ്. ലളിതമായ നാമജപാർച്ചന മുതൽ ജ്ഞാനപ്പാന വരെയുള്ള നാമസങ്കീർത്തനങ്ങൾ എല്ലാം അടുക്കും ചിട്ടയോടും കൂടി ക്രോഡീകരിക്കുക മാത്രമാണ് ഞങ്ങൾ ചെയ്തിട്ടുള്ളത്. പ്രഭാതത്തിലും പ്രദോഷത്തിലും ഉരുവിടേണ്ട മന്ത്രങ്ങളും കീർത്തനങ്ങളും ഇതിൽ ഉൾപ്പെട്ടിട്ടുണ്ട്.

ഏതായാലും ലക്ഷ്യം ഒന്നു മാത്രമേയുള്ളു; നമ്മുടെ ഭവനങ്ങൾ വരുംനാളുകളിൽ നാമജപമന്ത്രങ്ങളാലും, കീർത്തനങ്ങളാലും മുഖരിതമാവണം. സന്ധ്യാവേളകൾ ഭഗവത്നാമജപങ്ങളാൽ ഭക്തിസാന്ദ്രമാകണം; വരുംതലമുറകളെ ഈ വഴികളിലൂടെ

നയിക്കണം. തീർച്ചയായും ഈ ലക്ഷ്യങ്ങൾ പൂർത്തീകരിക്കുവാൻ നമുക്ക് കഴിയും. അതിനായി ജഗദീശ്വരനോട് പ്രാർത്ഥിച്ചുകൊള്ളുന്നു. ഈ മഹത് സംരംഭത്തിനുവേണ്ടി സഹകരിച്ച ഏവരോടുമുള്ള നന്ദിയും കടപ്പാടും അറിയിച്ചുകൊള്ളുന്നു.

സ്നേഹപൂർവം

ശോഭ വി. നായർ
പ്രസിഡന്റ്
വനിതാസമാജം

എസ്. മിനി
സെക്രട്ടറി
വനിതാസമാജം

കരുവാറ്റ
15-01-2024

ആചാര്യാനുസ്മരണം

വന്ദേ ശ്രീധര തൃപ്പെരുന്ന അമരും
ശ്രീപത്മനാഭപ്രഭോ
വന്ദേ ശ്രീധരാ പാർവ്വതിപ്രിയസുതം
ആചാര്യതേ മംഗളം
വന്ദേ ഭാരതകേസരീന്ദ്രസുമതേ
കാരുണ്യവാരാനിധേ
വന്ദേ ഹൃത്തടപത്മമധ്യസുലസൽ
ആചാര്യതുഭ്യം നമഃ

ഗണപതിസ്തുതി

മലമകൾ തന്നുടെ മടിയിലിരുന്നാ
മുലകുടികണ്ടാലെത്ര വിചിത്രം
പലപൊഴുതടയവൽ കിട്ടാത്തതിനൊട്
കലഹമിയന്ന ഗണേശ്വര ജയജയ
ശിവസുത നിന്നുടെ തുമ്പിക്കരവും
വെളുവെളെവിലസിത കൊമ്പുകൾ രണ്ടും
വലിയൊരു വയറും മമഹൃദിതോന്നണേ-
ഉലകിനുനാഥാ ഗണേശ്വര ജയജയ
വാരണ മുഖതവ പാദദ്വയമിഹ
ചാരണമുനിവരസേവിത മൻപൊടു
പോരണമെന്നുടെ ദുരിതം കളവാൻ
ഉലകിനുനാഥ ഗണേശ്വര ജയജയ
യമഭടർ പടലികൾകോപിച്ചും കൊണ്ട-
ടിപിടിയെന്നു പറഞ്ഞെത്തുമ്പോൾ
മമപുനരമരും നീയെന്ന്യേ മറ്റുടയവനില്ല
ഗണേശ്വര ജയജയ
സരസ്വതി പൂർണ്ണകരാക്ഷവിക്ഷണി,
വരപ്രദായിനി പാലയമാം
സ്കന്ദമുരുക കാർത്തികേയാ
ശരവണ ഭവനേ പാലയമാം
നളിനശരൻ തൻ തിരുവുടലഴകൊടു
നയനം തന്നിലെരിച്ചവനേജയ
നരകാന്തക ജയ നരപാലകജയ
ഗിരിജാവരജയശിവശങ്കര ജയ
മതികലചൂടും തിരുജടതന്നിൽ
സുരനദി ചേർത്തൊരുപരമവിഭോ ജയ
നരകാന്തക ജയ നരപാലകജയ
ഗിരിജാവരജയ ശിവശങ്കരജയ

ശിൽപ്പം കോലും മാനും മഴുവും
തൃക്കൈ തന്നിലെടുത്തവനേജയ
നരകാന്തക ജയ നരപാലകജയ
ഗിരിജാവരജയ ശിവശങ്കരജയ
വാമതൃത്തുടതന്മേലഴകൊടു-
പാർവ്വതിയെ കുടിവച്ചവനേ ജയ
നരകാന്തക ജയ നരപാലകജയ
ഗിരിജാവരജയ ശിവശങ്കരജയ
യമപുരമൻപൊടുത്രിപുരാദികളെ
പരിചൊടു ചേർത്തൊരുപരമവിഭോജയ
നരകാന്തക ജയ നരപാലകജയ
ഗിരിജാവരജയ ശിവശങ്കരജയ
ഔഷധിമാണീ തിരുനാമങ്ങൾ
ഏഷണദോഷമതൊക്കെയകറ്റി
ശേഷിച്ചുള്ള ദോഷമൊഴി-
ച്ചവനേകുക നാരായണജയ
അംബുജ നയനാ അളിവർണ്ണാനിൻ
വർണ്ണന അംബപസ്സിലലകൾ കണക്കെൻ
കർണ്ണപുടത്തിൽ നിറഞ്ഞുതെളിഞ്ഞു
കവിഞ്ഞൊഴുകട്ടെ നാരായണജയ
അച്യുതനെയെൻമാനസസരസ്സിൽ
കൊച്ചുതരംഗമതുയരുംപടി
കൊച്ചുസരോരുഹതൃച്ചേവടി-
വച്ചൊന്നുകളിക്കൂ നാരായണജയ
ഓംഹരി ഓംഹരി എന്നുജപിച്ച്
പ്രേമാംബുധിയിൽ മുഴുകുക മനമെ
പ്രേമപ്രദമാം പ്രണവസ്വരം ഹൃദി
മോദമതേകും നാരായണജയ

ഗജാനനം ഭൂതഗണാദിസേവിതം
കപിത്ഥ ജംബുഫലസാരഭക്ഷിതം
ഉമാസുതം ശോക വിനാശകാരണം
നമാമി വിഘ്നേശ്വരപാദപങ്കജം

ഗണേശ ശരണം

ഗണേശ ശരണം ശരണം ഗണേശ
ഗണേശ ശരണം ശരണം ഗണേശ
പാർവ്വതി പുത്രാ ശരണം ഗണേശ
ശങ്കരതനയാ ശരണം ഗണേശ
മൂഷിക വാഹന ശരണം ഗണേശ
ഗണേശ ശരണം ശരണം ഗണേശ
അനാഥ രക്ഷക ശരണം ഗണേശ
ആശ്രിത വത്സല ശരണം ഗണേശ
വിഘ്നേശ്വരനേ ശരണം ഗണേശ
വിഘ്നമകറ്റുക ശരണം ഗണേശ
അറുമുഖ സോദര ശരണം ഗണേശ
അഖിലജഗന്മയ ശരണം ഗണേശ
മോഹിനി സുതനേ ശരണം ഗണേശ
മോഹവിനാശക ശരണം ഗണേശ
നാരദസേവിത ശരണം ഗണേശ
നരകവിനാശന ശരണം ഗണേശ
വേദിയനാഥാ ശരണം ഗണേശ
വേദപ്പൊരുളേ ശരണം ഗണേശ
പാവനമൂർത്തേ ശരണം ഗണേശ
പാഹി നമസ്തേ ശരണം ഗണേശ
ഗിരിവരനിലയാ ശരണം ഗണേശ
ഗജാനനാഹേ ശരണം ഗണേശ
കാലികാലേശ്വര ശരണം ഗണേശ
കന്മഷനാശന ശരണം ഗണേശ

(ഗണേശ)

സരസ്വതിസ്തുതി

സിന്ദൂരാരുണവിഗ്രഹാം ത്രിണയനാം
മാണിക്യമൗലിസ്ഫുരത്-
താരാനായകശേഖരാം സ്മിതമുഖീ
മാപീനവക്ഷോരുഹാം
പാണിഭ്യാമളിപൂർണ്ണരത്നചഷകം
രക്തോൽപലം ബിഭ്രതിം
സൌമ്യാം രത്നഘടസ്ഥരക്തചരണാം
ധ്യായേത്പരാമംബികാം
യാ കുന്ദേന്ദു തുഷാരഹാരധവളാ
യാ ശുഭ്രവസ്ത്രാവൃതാ
യാ വീണാവരദണ്ഡമണ്ഡിതകാരാ
യാ ശ്വേതപത്മാസനാ
യാ ബ്രഹ്മാച്യുതശങ്കരപ്രഭൃതി
ഭിർ ദേവൈഃ സദാപൂജിതം
സാം മാം പാതു സരസ്വതീ ഭഗവതി
നിശ്ശേഷജാഡ്യാപഹാ

ദേവീസ്തുതി

സർവമംഗല മംഗല്യേ
ശിവേ സർവാർത്ഥ സാധികേ
ശരണ്യേ ത്ര്യംബകേദേവി
നാരായണി നമോസ്തുതേ
സൃഷ്ടിസ്ഥിതി വിനാശാനാം
ശക്തിഭൂതേ സനാതനീ
ഗുണാശ്രയേഗുണമയേ
നാരായണീ നമോസ്തുതേ
ശരണാഗതദീനാർത്തക
പരിത്രാണപരായണേ
സർവ്വസ്വാർത്തിഹരേദേവി
നാരായണീ നമോസ്തുതേ

ദേവീസ്തുതി

അമ്മേ ഭഗവതി നിത്യകന്യേദേവി
എന്മേൽ കടാക്ഷിക്ക കുമ്പിടുന്നേൻ
മായേ ജഗത്തിന്റെ തായേ ചിദാനന്ദ
പ്രിയേ മഹേശ്വരി കുമ്പിടുന്നേൻ
ബാലേ ചതുർവേദ മൂലമന്ത്രാക്ഷരി
മേലേ മേലേ നിന്നെ കുമ്പിടുന്നേൻ
ഓങ്കാരക്കൂട്ടിലെ പൈങ്കിളി പൈതലേ
നിൻ കാലിണയിതാ കുമ്പിടുന്നേൻ
നാന്മൂഖൻ തന്മുഖ പങ്കജവാസിനി
നമ്പറക്കാതലേ കുമ്പിടുന്നേൻ
നാനാ നിഗമോദ്യാനത്തിൻ മദിച്ചിട്ട്
ഗാനം മുഴക്കുന്ന കോകിലമേ
ഭാർഗവിയായതും പാർവ്വതിയായതും
ദുർഗ്ഗേ ഭഗവതി നീ താനല്ലോ
ഛായാ സ്വരൂപിണി ചൈതന്യകാരിണി
മായമായേ ദേവി കുമ്പിടുന്നേൻ
ലോകം ചമയ്ക്കയും രക്ഷിച്ചഴിക്കയും
ലോകേശ്വരി നിന്റെ ലീലയല്ലോ
ബാലേ മനോന്മണി പൊന്നമ്മേ നിന്നുടെ
ലീലയിൽ ഞാനും അണുവുതന്നെ
താനൊന്നും ചെയ്യാതെ സർവ്വം ചെയ്തീടുന്ന
ദീനദയാലോ തൊഴുന്നേൻ നിന്നെ
ബ്രഹ്മാണ്ഡ കോടികളെ സൃഷ്ടിച്ചീടുന്ന
ബ്രഹ്മസ്വരുപിണി കുമ്പിടുന്നേൻ
കൗമാരി സങ്കടനാശിനി ഭാസ്ക്കരി
ഭീമാത്മജേ നിന്നെ കുമ്പിടുന്നേൻ
ആപത്തുനീക്കി തുണയ്ക്കണം അംബികേ
നിൻ പത്തു സമ്പത്തു നൽകീടണേ

തിരു:വിലഞ്ഞാൽ ദേവീസ്തുതി

കെ.എം. പങ്കജാക്ഷൻ

ദുർഗ്ഗേ ഭഗവതി, മുക്തിപ്രദായിനി
ശ്രീവിലഞ്ഞാൽ വാഴും പുണ്യകീർത്തേ
ദേശം പതിനാലിനും ഭരദേവത
അംബികേ നിൻപാദം കുമ്പിടുന്നേൻ (ദുർഗ്ഗേ..)

ജന്മകർമങ്ങൾ സഫലീകരിക്കുവാൻ
ദേവീ ചൊരിയൂഭവൽ പ്രസാദം
ഭക്തിതൻ അർച്ചനാപുഷ്പങ്ങളാൽ കോർത്ത
മാല്യങ്ങളർപ്പിച്ചുകൈതൊഴുന്നേൻ! (ദുർഗ്ഗേ..)

ദ്വൈതഭാവങ്ങളിൽ അമ്മ വിലസുന്നു
ശ്രീലകംതന്നിലും തീർത്ഥക്കുളത്തിലും
ദേവദേവപ്രിയേ കാരുണ്യവാരിധേ
ദേവിനിൻദർശനമെത്രപുണ്യം (ദുർഗ്ഗേ..)

പുഷ്പാഞ്ജലി കടുംപായസം പൊങ്കാല
ചുറ്റുവിളക്കും പറയെടുപ്പും
ഇഷ്ടവരപ്രദേ! ദേവീനിൻ പ്രീതിയ്ക്കായ്
അൻപൊലിയും മുഴുക്കാപ്പുമേകാം (ദുർഗ്ഗേ..)

ആട്ടവിശേഷത്തിലേറെ പ്രധാനമായ്
മീനമാസത്തിൽ തിരുവുത്സവം
കാർത്തികനാളിലായാറാട്ടരിപ്പാട്ട്
സുബ്രഹ്മണ്യസ്വാമിസന്നിധിയിൽ (ദുർഗ്ഗേ..)

മണ്ഡലകാലം കഴിഞ്ഞഞ്ചുനാളേയ്ക്കും
ആചാരപൂർവ്വമെതിരേല്പും
കുത്തിയോട്ടം കെട്ടുകാഴ്ചസപ്താഹവും
ദേവിയ്ക്കഭീഷ്ട വഴിപാടുകൾ (ദുർഗ്ഗേ..)

ഗുരുവന്ദനം

ഗുരുർബ്രഹ്മ ഗുരുർവിഷ്ണു
ഗുരുദേവോ മഹേശ്വര
ഗുരുസാക്ഷാത് പരബ്രഹ്മ
തസ്മൈശ്രീ ഗുരവേ നമഃ
അഖണ്ഡമണ്ഡലാകാരം
വ്യാപ്തംയേന ചരാചരം
തത്പദം ദർശിതയേന
തസ്മൈ ശ്രീ ഗുരുവേ നമഃ
അജ്ഞാനതിമിരാന്ധസ്യ
ജ്ഞാനാഞ്ജന ശലാകയാ
ചക്ഷുരുന്മീലിതം യേന
തസ്മൈ ശ്രീ ഗുരുവേ നമ:

ഗുരുവരകരുണാലേശമുണ്ടെന്നുവന്നാൽ
ഒരുവനുമൊരുകാര്യം സാധ്യമല്ലാതെയുണ്ടോ
പരമതിലൊരുദൈവം മറ്റെനിക്കില്ല പാരിൽ
പരമശിവനതാം ആചാര്യനെ കൈതൊഴുന്നേൻ

നാരായണം ഭജേ

നാരായണം ഭജേ നാരായണം ലക്ഷ്മി
നാരായണം ഭജേ നാരായണം
വൃന്ദാവനം സ്ഥിതം നാരായണം ദേവ
വൃന്ദൈരഭിഷ്ടുതം നാരായണം
(നാരായണം)

ദിനകരമധ്യഗം നാരായണം - ദിവ്യ
കനകാംബര ധരം നാരായണം
പങ്കജാനുലോചനം നാരായണം ഭക്ത
സങ്കടമോചനം നാരായണം
(നാരായണം)

കരുണാപയോനിധിം നാരായണം - ഭവ
ശരണാഗതനിധിം നാരായണം
രക്ഷിത ജഗത്രയം നാരായണം-ചക്ര
ശിക്ഷിതാസുരചയം നാരായണം
(നാരായണം)

അജ്ഞാന നാശകം നാരായണം- ശുദ്ധ
വിജ്ഞാന ഭാസകം നാരായണം
ശ്രീവത്സഭൂഷണം നാരായണം-നന്ദ
ഗോവൽസപൂഷണം നാരായണം
(നാരായണം)

ശൃംഗാര നായകം നാരായണം-പദ
ഗംഗാവിധായകം നാരായണം
ശ്രീകണ്ഠസേവിതം നാരായണം-നിത്യ
വൈകുണ്ഠം വാസിതം നാരായണം
(നാരായണം)

വിഷ്ണു സ്തുതി

വൈകുണ്ഠവാസാ പാഹിമാം
ദേവ പാലാഴിവാസാ പാഹിമാം
സൃഷ്ടിസ്ഥിതലയ കാരണാ
വിഷ്ണു സാക്ഷ്ടാംഗം ഇന്നെന്റെ വന്ദനം
(വൈകുണ്ഠവാസാ)

പാൽക്കടൽ മീതെ ഒരുക്കിയ
സർപ്പമഞ്ചത്തിലങ്ങു ശയിക്കവേ
നെഞ്ചലിഞ്ഞിന്നു വിളിച്ചിടും
ഭക്തവൃന്ദത്തെ അങ്ങൊന്നു കാണുമോ
(വൈകുണ്ഠവാസാ)

ബ്രഹ്മേശ സൂനുവാം നാരദൻ
നിത്യനാമം ജപിക്കുന്ന ദേവനാം
ഇമ്മഹി പാലകനാഥനാം
വിഷ്ണോ,എന്മന പത്മത്താൽ വന്ദനം
(വൈകുണ്ഠവാസാ)

ഭക്തർക്കുണർവേകും നാദമായ്
ഭവാൻ തൃക്കൈയിൽ ശംഖു വിളിക്കവേ
ഭക്തർക്കണയുന്ന ദോഷവും
വിഷ്ണു ചക്രത്താലങ്ങന്നൊതുക്കണേ
(വൈകുണ്ഠവാസാ)

സൗഭാഗ്യദായിനി ദേവതാ
ശ്രീമഹാലക്ഷ്മിയോടൊപ്പമായ്
ദേവപക്ഷീന്ദ്രമുകളേറി വന്നിടാൻ
അക്ഷികൾ കൂപ്പി ഞാൻ പാടിടാം
(വൈകുണ്ഠവാസാ)

കൃഷ്ണസ്തുതി

നാരായണ നാരായണ
നാരായണ നാരായണ
നാരായണ നാരായണ
രാധേ! ഗോവിന്ദ

ആലിലമേൽ പള്ളികൊള്ളും
ആനന്ദരൂപനാം നിന്റെ
കാലിണ ഞാൻ കൈതൊഴുന്നേൻ
കാർമുകിൽ വർണ്ണാ (നാരായണ)

ഇമ്പമോടങ്ങുയർത്തണം
തുമ്പമെല്ലാമകറ്റിയെൻ
മുന്നിൽ വന്നു വിളങ്ങണെ
മുരളീധരാ... (നാരായണ)

അന്നൊരുനാൾ നിന്റെ മുമ്പിൽ
അവിലുമായ് വന്ന വിപ്രന്
അഷ്ടൈശ്വര്യവുമരുളിയ
ആനന്ദമൂർത്തേ.... (നാരായണ)

ഇന്നു നിന്റെ തിരുമുമ്പിൽ
കാഴ്ചവെയ്ക്കാൻ എന്റെ കൈയ്യിൽ
കണ്ണീരല്ലാതൊന്നുമില്ല
കാരുണ്യസിന്ധോ (നാരായണ)

എത്ര ദുഃഖം സഹിച്ചുഞാൻ
എത്ര കണ്ണീർ പൊഴിച്ചുഞാൻ
ചിത്തമതിൽ ഭയമില്ലേ
ചെന്താമരാക്ഷ (നാരായണ)

ശാപമോ മുൻജന്മം ചെയ്ത
പാപമാണോ നിനക്കെന്നിൽ
കോപമോ ഞാനറിഞ്ഞില്ല
ഗോപാലകൃഷ്ണ (നാരായണ)

ആർത്തനെന്നാകിലും നിന്റെ

കീർത്തിയേറും ഭഗവാനേ
ആർത്തി തീർത്തടിയനെ
കാത്തുകൊള്ളണേ (നാരായണ)

നല്ലമുല്ലമാലകെട്ടി
മുടിതന്നിൽ ചാർത്തുവോനെ
നല്ല പുഷ്പങ്ങളാൽ നിന്നെ
പൂജ ചെയ്‌വോനെ (നാരായണ)

ചെന്താമര തൃപ്പാദത്തിൽ
മന്ദാരപ്പൂ അർപ്പിപ്പാനായ്
എന്തുഭാഗ്യം എനിക്കില്ലേ
നന്ദകുമാരാ... (നാരായണ)

കൃഷ്ണസ്തുതി

എന്നുള്ളിൽ മിന്നുന്ന പൊന്നുണ്ണികൃഷ്ണാ
നിന്നെ ഞാനെന്നുമേ കാണേണം കൃഷ്ണ
നിന്നിലലിയേണം എന്നുള്ളം കൃഷ്ണ
നീയില്ലാതൊരുവരും തുണയില്ല കൃഷ്ണ
　　മന്നിൽ മഹാവിഷ്ണു തന്നവതാരം
　　ഒന്നല്ല, രണ്ടല്ല അനേകമെന്നാലും
　　നിന്നോളം സൗന്ദര്യം ആർക്കുള്ളുപോറ്റി
　　നിന്നിൽ താൻ ആനന്ദമാർക്കുള്ളു പോറ്റി
　　അമ്മതൻ ഉത്സംഗമേറിയിരുന്ന്
　　തൻമുഖംനോക്കി നൽപുഞ്ചിരിതൂകി
　　അമ്മിഞ്ഞപാൽ നുകർന്നുല്ലസിച്ചീടും
　　നീയെന്നും എന്നുള്ളിൽ വാഴേണം കൃഷ്ണ! (എന്നുള്ളിൽ)
അമ്മതൻ ഓമനക്കുഞ്ഞായനീ താൻ
ദുർമ്മദാസന്മാർക്ക് ഒരന്തകനായും
ചിന്മയാ! നിൻജന്മം മർത്യർക്ക് കാട്ടി
നന്മതൻ മഹിമകൾ നൽകണേ കൃഷ്ണ (എന്നുള്ളിൽ)
　　ബാലനായ് ലീലകളാടി നടന്നു
　　കാലങ്ങൾ കരളിൽ കുളിർകോരീട്ടെന്നും
　　ബാലോചിത ശീലങ്ങളും അല്ലഹോനിൻ
　　ജാലങ്ങൾ ഓർക്കുന്നിതെന്നുണ്ണികൃഷ്ണാ (എന്നുള്ളിൽ)
കാളിന്ദി തീരത്തു കൂട്ടരുമൊത്ത്
കാനനഭംഗികൾ കണ്ടുരസിച്ച്
കൂടെക്കളിച്ചു നീയന്നുമെന്നുള്ളിൽ
ആടലകറ്റി വിളയാടണംകൃഷ്ണാ (എന്നുള്ളിൽ)
　　പീലിത്തിരുമുടി കെട്ടിച്ചിലങ്ക
　　കാലിലണിഞ്ഞ് കൗപീനവും ചാർത്തി
　　കാലികിടാങ്ങളുമായ് ഒത്തുകളിക്കും
　　നീയെന്നുമെന്നുള്ളിൽ വാഴേണം കൃഷ്ണ (എന്നുള്ളിൽ)
പയ്യിനെ ചാലെ കറക്കുംമാതാവിന്റെ

മെയ്യോടുമെയ്യ് ചേർന്ന് നിന്നുസരസം
കയ്യിലെ പാത്രത്തിൽ പാലിനായ് കെഞ്ചും
നീയെന്നുമെന്നുള്ളിൽ വാഴേണം കൃഷ്ണ (എന്നുള്ളിൽ)

ഗോപികൾ മധ്യത്തിൽ ഓടക്കുഴലും
ഊതിയവർ നൃത്തമാടിക്കളിക്കേ
കൂടെക്കളിച്ചും നീയെന്നുമെന്നുള്ളിൽ
ആടലകറ്റി വിളയാടണം കൃഷ്ണാ! (എന്നുള്ളിൽ)

ഗോപികമാർ വീടുകൾ തോറു നടന്ന്
പാൽവെണ്ണയൊക്കെയും കട്ടുമുടിച്ച്
നീരസമവരുള്ളിൽ ചേർന്നുകളിച്ച്
നീയെന്നുമെന്നുള്ളിൽ വാഴേണം കൃഷ്ണ (എന്നുള്ളിൽ)

പാർത്ഥൻ തൻ ഉൾതാപം തീർപ്പാനായ്
പാർത്തലത്തിനുമനുഗ്രഹമായ് നീ
തേർത്തട്ടിൽ നിന്നരുളിയ ഗീതാമൃതം പോൽ
ആർത്തികൾക്കൗഷധം എന്തുള്ളു കൃഷ്ണ (എന്നുള്ളിൽ)

ഘോരമാം മാരി തടുത്തമ്പിയലും
ഗോകുലം രക്ഷിച്ചു കൊൾവതിനായ് നീ
ഗോവർദ്ധനം കയ്യിൽ കുടയായ് പിടിച്ചും
മേവിന നിൻരൂപം കാണേണം കൃഷ്ണ (എന്നുള്ളിൽ)

അമ്പാടി തൊട്ടങ്ങ് ദ്വാരകയോളം
അൻപേറും രംഗങ്ങൾ അനവധിയല്ലോ
ഇമ്പം വരുമാവെയിൽ നടമാടിയതിന്റെ
സമ്പൂർണ്ണ ഭാവമേ കാണേണം കൃഷ്ണാ (എന്നുള്ളിൽ)

നിൻതിരുനാമത്തിൻ സ്മരണയിൽ മുഴുകി
അന്തരംഗത്തിൽ നിൻ ദർശനംതേടി
എന്തിലും നിൻ ആജ്ഞാമലരുകൾ
സന്തുഷ്ടി പുലരുവാൻ കനിയേണം കൃഷ്ണാ (എന്നുള്ളിൽ)

ശ്രീകൃഷ്ണ സന്ധ്യാനാമം

ജയജനാർദ്ദനാകൃഷ്ണ രാധികാപതേ
ജനവിമോചന കൃഷ്ണ ജന്മമോചന
ഗരുഡവാഹനാകൃഷ്ണാ ഗോപികാപതേ
നയന മോഹന കൃഷ്ണ നീരജേക്ഷണാ (ജയജനാർദ്ദനാ)
സുജനബാന്ധവാ കൃഷ്ണസുന്ദരാകൃതേ
മദന കോമള കൃഷ്ണ മാധവാഹരേ
വസുമതി പതേ കൃഷ്ണ വാസവാനുജം
വരഗണാകര കൃഷ്ണ വൈഷ്ണവാകൃതേ
സുരചിരാനനം കൃഷ്ണ ശൗര്യവാരിധേ
മുരഹരാവിഭോ കൃഷ്ണ മുക്തിദായകാ
വിമലപാലകാ കൃഷ്ണ വല്ലവീപതേ
കമലലോചനാ കൃഷ്ണാ കർമ്മദായകാ (ജയജനാർദ്ദനാ)
വിമലഗാത്രാ കൃഷ്ണ ഭക്തവത്സല
ചരണപല്ലവം കൃഷ്ണ കരുണകോമളം
കുവലയേക്ഷണാ കൃഷ്ണ കോമളാകൃതേ
തവപദാംബുജം കൃഷ്ണാ ശരണമേകണേ
ഭുവനനായക കൃഷ്ണ പാവനാകൃതേ
ഗുണഗണോജ്ജ്വലാകൃഷ്ണ നളിനലോചന
പ്രണയവാരിധേകൃഷ്ണ ഗുണഗണാകര
രാമസോദരാകൃഷ്ണ ദീനവത്സല (ജയജനാർദ്ദനാ)
കാമസുന്ദരാ കൃഷ്ണ പാഹിസർവ്വഥാ
നരകനാശനാ കൃഷ്ണ നരസഖാജയാ
ദേവകിസുതാ കൃഷ്ണ കാരുണ്യാംബുധേ
കംസനാശനാ കൃഷ്ണ ദ്വാരകാവാസിൻ
ഭാസുരാത്മകം കൃഷ്ണ ദേഹിമംഗലം
തൃപ്പദാംബുജം കൃഷ്ണ കാമകോമളം
ഭക്തവത്സലാ കൃഷ്ണ കാമദായകം
പിള്ളതൻകവി കൃഷ്ണ തള്ളയെന്നപോൽ

ഭക്തദാസനാം കൃഷ്ണ അടിയനേ സദാ
കാത്തുകൊള്ളണേ കൃഷ്ണ സർവ്വഥാവിഭോ
ഗരുഡവാഹനാകൃഷ്ണ ഗോപികാപതേ
നയനമോഹനാ കൃഷ്ണ നീരജേക്ഷണാ (ജയജനാർദ്ദനാ)

കൃഷ്ണപ്രഭാവം

കരുവാറ്റാ കെ.എം. പങ്കജാക്ഷൻ

അച്യുതനവ്യയൻ ആദിരൂപൻ മഹാ-
വിഷ്ണുവിൻ പൂർണ്ണാവതാരമെടുത്തവൻ
ഇക്ഷിതിയ്ക്കൊക്കെയും നാഥനാംകൃഷ്ണനെ
ചിത്തേ നിരൂപിച്ചു മോദമാർന്നീടുക

അച്യുത...

ഗോപികാ വല്ലഭൻ ഗോപാലനായകൻ
ഗോവർദ്ധനത്തെ ക്കുടയാക്കി മാറ്റിയോൻ
ദ്രൗപദീശോകമാറ്റീടുവാൻ കൗരവ-
മണ്ഡലേ ചേലയായ് വന്നതുമീഭവാൻ

അച്യുത...

ഗോക്കളെയൊക്കെയും ഗോപവൃന്ദത്തെയും
പങ്കജസംഭവൻ മായയാൽ മായ്ക്കവേ
വിഷ്ണുഭാവാർജ്ജിതൻ കൃഷ്ണനാമാത്രയിൽ
പ്രത്യക്ഷമാക്കിയതെത്രയും വിസ്മയം

അച്യുത...

പുത്രനെ വീണ്ടെടുത്താഗുരുതന്നുടെ
മുന്നിലായെത്തിച്ചു ദക്ഷിണവച്ചതും
പ്രാഭൃതം സ്വീകരിച്ചാത്മമിത്രത്തിനായ്
ഭൂതികളൊക്കെക്കൊടുത്തതുമീ ഭവാൻ

അച്യുത...

പാർത്ഥന്റെ സാരഥ്യമേറ്റു കുരുക്ഷേത്ര
ഭൂവതിൽ വിശ്വരൂപത്തെപ്പകർത്തിയോൻ
ഗീതയാൽ ജീവിതതത്വം പഠിപ്പിച്ചു
ആചാര്യനായതും കൃഷ്ണനാം വിഷ്ണുതാൻ

അച്യുത...

ഗുരുദേവകീർത്തനം

രാമഭദ്രപാഹിമാം ശ്രീരാമഭദ്രാ പാഹിമാം
രാമഭദ്രാ പാഹിമാം നാമമോതി നിശ്ചലം വസിച്ചിടും
സത്ഗുരോ നമിച്ചിടുന്നു രാമഭദ്രപാഹിമാം
ആശ്രമത്തിൽ മുഖ്യമായൊരാശ്രമത്തിലാശ്രയം
വിശ്രമിച്ചു വാണിടുന്ന രാമഭദ്ര പാഹിമാം
ഇല്ല ചിന്ത തൃപ്പാദങ്ങൾ ഒന്നൊഴിഞ്ഞെനിക്ക്
നല്ലതേകണേ നമുക്ക് രാമഭദ്രപാഹിമാം
ഈശ്വരന്റെ കണ്ടിടുന്ന രൂപമായ് വിളങ്ങുന്ന
ഈശ്വരാ ഭജിച്ചിടുന്നു രാമഭദ്ര പാഹിമാം
ഉള്ളിലുള്ള കന്മഷങ്ങൾ നീക്കി രക്ഷ ചെയ്യുവാൻ
ഉള്ളതാര് നീയൊഴിഞ്ഞ് രാമഭദ്ര പാഹിമാം
ഊനമറ്റ പാപജാലമൊക്കെവേ കളഞ്ഞുനീ
ദീനവത്സല തുണയ്ക്ക രാമഭദ്രാ പാഹിമാം
എത്തിടുന്നു ഭക്തിയോടെ നിൻപദത്തിലാശ്രമേ
ശക്തിയോടെ കാത്തുകൊൾകെ രാമഭദ്രപാഹിമാം
ഏകനായ് അനേകനായ് അനന്തനായ സൽഗുരോ
നീ കനിഞ്ഞനുഗ്രഹിക്ക ശ്രീരാമഭദ്ര പാഹിമാം
ഐഹികത്തിൽ നിന്ന് മുക്തനാകുവാൻ ഭവാനൊഴിഞ്ഞ്
ഐഹികത്തിലാരുമില്ല ശ്രീരാമഭദ്രപാഹിമാം
ഒത്തുചേർന്ന് കീർത്തനങ്ങൾ പാടിടുന്ന ഞങ്ങളെ
കാത്തുകൊൾക ദേശികാശ്രീരാമഭദ്രാപാഹിമാം
ഓതിടുന്നു രാമമന്ത്രം ആമയങ്ങൾ നീങ്ങിടുവാൻ
ജ്യോതിരൂപ നിർമ്മലാ ശ്രീരാമഭദ്രാപാഹിമാം
ഔവിധം സ്തുതിച്ചിടുന്ന ഞങ്ങളെ കനിഞ്ഞു നീ
ദൈവമേ തുണയ്ക്കണേ ശ്രീരാമഭദ്രാപാഹിമാം
അംബുജാക്ഷ പാദപത്മ ചിന്തനം തരേണമേ.
കല്മഷാപഹാഗുരോ ശ്രീരാമഭദ്രാപാഹിമാം
അല്ലൽ തീർത്തു ഞങ്ങളിൽ കനിഞ്ഞനുഗ്രഹിക്കാൻ
ചൊല്ലിടുന്നു രാമഗീതം രാമഭദ്ര പാഹിമാം.

അമ്മേ നാരായണ

നാരായണ അമ്മേ നാരായണ അമ്മേ
നാരായണ അമ്മേ നാരായണ
നാരായണ അമ്മേ നാരായണ അമ്മേ
നാരായണ അമ്മേ നാരായണ

ആനന്ദ ദായികേ കാർത്ത്യായനി അമ്മ
നാരായണി ദേവീ കാത്തിടേണം
മക്കളാം ഞങ്ങളിന്നംബികേ കുമ്പിടാം
മംഗളം നൽകണേ മേൽക്കുമേലിൽ (നാരായണ)

ജ്ഞാനപ്രദായിനി ധ്യാനസ്വരൂപിണി
കാരുണ്യമോടെന്നെ കാത്തിടണം
ആനന്ദമോടെ നിൻ നാമങ്ങൾ പാടുവാൻ
നാവിന്നനുഗ്രഹം ഏകീടേണം (നാരായണ)

മോഹിപ്പതേകുന്ന ലോകൈകനായികേ
ശാശ്വതേ നിർമ്മലേകാന്തിരൂപേ
വിശ്വംഭരപ്രിയേ സത്യസ്വരൂപിണി
ഭക്തപ്രിയേ ദേവി കാത്തിടേണം (നാരായണ)

വിശ്വത്തിലൊക്കെയും ഖ്യാതിപരത്തിയ
ദുർഗ്ഗേ ഭഗവതി കാത്തിടേണം
ഉറ്റവരില്ലാത്തൊരേഴയാം ഞാനിതാ
തൃപ്പാദം നിത്യവും കുമ്പിടുന്നേൻ (നാരായണ)

നീയല്ലാതുറ്റവരില്ലെനിക്കാരുമേ
നിത്യവും നീയെന്നെ കാത്തിടേണം
ഭക്തയാം എന്നെ നീ രക്ഷിക്കയെപ്പോഴും
സർവ്വവും നിന്നുടെ ലീലയല്ലേ (നാരായണ)

ധാത്രിയിൽ വാഴുന്ന സർവ്വജനങ്ങളും
നിൻപാദപങ്കജം കുമ്പിടുന്നു
നിത്യവും വാഴ്ത്തിസ്തുതിക്കുന്ന ഞങ്ങളെ
സത്യസ്വരുപിണി കാത്തിടേണം (നാരായണ)

എൻ ഹൃദയത്തിൽ നീ വാഴണമെപ്പോഴും

ശാരദേ നിർമ്മലേ മംഗളാംബേ
കന്മഷം നീക്കി നീ നന്മ വരുത്തണം
ഉന്മേഷദായിനി ദീനബന്ധോ (നാരായണ)

പാപങ്ങളൊന്നും ഞാൻ ചെയ്തില്ലായെങ്കിലും
ഏറുന്നു ദുഃഖങ്ങളെന്നുമെന്നും
മാറണമൊക്കെയും നിൻപ്രസാദത്തിനാൽ
ഏറണം ഭക്തിയെൻ മാനസത്തിൽ (നാരായണ)

ഐശ്വര്യദായികേ മംഗളരൂപിണി
ശാരദേനിഷ്കളേലോകനാഥേ
സാധുവാം എന്നെ നീ കാത്തരുളീ
താപങ്ങളെല്ലാമകറ്റണമേ (നാരായണ)

ഓംകാരരൂപിണി ഭദ്രേഭഗവതി
കേശാദിപാദം വണങ്ങിടുന്നേൻ
ഔഷധം കൊണ്ടിന്നു വിട്ടുപിരിയാത്ത
രോഗമാം ദുഃഖത്തെ തീർത്തിടേണം (നാരായണ)

മംഗളദായിനി ഭദ്രേഭഗവതി
മംഗളമേകണേ ഭൈരവിനീ
എന്നെയീ മായയിലിട്ടു വലയ്ക്കാതെ
നിർവൃതി നൽകണേ അംബികേ നീ (നാരായണ)

ശിവസ്തുതി

നമശിവായമാദിയായൊരക്ഷരങ്ങൾ കൊണ്ടുഞാൻ
ചുരുക്കി നല്ല കീർത്തനങ്ങൾ ചൊല്ലുവാൻ ഗണേശനും
മനസ്സിൽ വന്നുദിപ്പതിന്നനുഗ്രഹിക്കവാണിയും
നമശ്ശിവായ പാർവതീശ പാപനാശനാഹരേ
മനുഷ്യനായി മണ്ണിൽവന്നു ഞാൻ പിറന്നകാരണം
മനപ്രസാദമില്ലെനിക്കുവ്യാധി കൊണ്ടൊരിക്കലും
മുഴുത്തുവന്ന വ്യാധി വേരറുത്തുശാന്തി നൽകുവാൻ
നമശ്ശിവായ പാർവ്വതീശ പാപനാശനാഹരേ
ശിവായനാമമോതുവാൻ എനിക്കനുഗ്രഹിക്കണം
ശിവാകൃപാകടാക്ഷമെന്നിയില്ലൊരാശ്രയം
ശിവായശംഭുവിൽ പദാരവിന്ദമൊടു ചേർക്കണം
നമശിവായ പാർവ്വതീശപാപനാശനാഹരേ
വലിയ മാമലകളെ വാമഭാഗെ വെച്ചതും
വഴിവോടുപകുത്തു പാതിദേഹവും കൊടുത്തതും
വഴിയൊടങ്ങും ഗംഗ ചന്ദ്രമൗലിയിൽധരിച്ചതും
നമശ്ശിവായ പാർവ്വതീശ പാപനാശനാഹരേ
യമൻ വരുന്ന നേരമങ്ങെനിക്കു പേടിപോക്കുവാൻ
എരിഞ്ഞ കണ്ണിലഗ്നിയോടെ യമനെ ഒന്നു നോക്കണം
ഇണങ്ങി നിന്ന ദേഹി ദേഹമോടു വേർപെടുമ്പോഴും
നമശ്ശിവായ പാർവ്വതീശ പാപനാശനാഹരേ

ശിവസ്തുതി

ശിവശംഭോ ശംഭോ ശിവ ശംഭോ ശംഭോ
ശിവ ശംഭോ ശംഭോ ശിവ ശംഭോ
ശിവശംഭോ ശംഭോ ശിവ ശംഭോ ശംഭോ
തിരുവൈക്കം വാഴും ശിവശംഭോ

നരനായിങ്ങനെ ജനിച്ചുഭൂമിയിൽ
നരകവാരിധി നടുവിൽ ഞാൻ
നരകത്തിൽ നിന്നുകരകേറ്റീടണം
തിരുവൈക്കംവാഴും ശിവശംഭോ (ശിവ ശംഭോ)

മരണകാലത്തെ ഭയത്തെ ചിന്തിച്ചാൽ
മതിമറന്നുപോം മനമെല്ലാം
മനതാരിൽവന്നു വിളയാടീടേണം
തിരുവൈക്കംവാഴും ശിവശംഭോ (ശിവ ശംഭോ)

ശിവ ശിവ! ഒന്നും പറയാവതല്ല
മഹമായ തന്റെ പ്രകൃതികൾ
മഹമായ നീക്കിട്ടരുളേണം നാഥാ
തിരുവൈക്കംവാഴും ശിവശംഭോ (ശിവ ശംഭോ)

വലിയൊരു കാട്ടിലകപ്പെട്ടേനഹം
വഴിയും കാണാതെയുഴലുന്നു
വഴിയേനേർവഴിയരുളേണം നാഥാ
തിരുവൈക്കംവാഴും ശിവശംഭോ (ശിവ ശംഭോ)

എളുപ്പമായുള്ള വഴിയേകാണുമ്പോൾ
ഇടയ്ക്കിടെയാറുപടിയുണ്ട്
പടിയാറും കടന്നവിടെ ചെല്ലുമ്പോൾ
ശിവനെ കാണാകും ശിവശംഭോ

ശിവകീർത്തനം

പാഹിമാം പരാല്പരാ ഗിരീശഭക്തവത്സല
ദേഹിമേ സദാശിവ നമഃശിവായ പാഹിമാം
അന്തകാസുരാന്തകാമുരാന്ദകാദിവന്ദിത
ചിന്തനീയ വിഗ്രഹാഭവാന്റെ പുണ്യകീർത്തനം
അന്തിനേരമാദരേണ ചൊല്ലിടുന്നു ഞാനിതാ
ബന്ധുവത്സല പ്രഭോ നമഃശിവായ പാഹിമാം
ആർത്തരക്ഷകാമഹേശ്വര വിശ്വനായകഭവൽ
സ്തോത്രമന്ത്രമാദരേണ നിത്യവും ജപിക്കുവാൻ
മൃത്യുശാസന കനിഞ്ഞനുഗ്രഹിക്ക ദൈവമേ
കൃത്തിവാസസേ ഭവാൻ നമഃശിവായ പാഹിമാം
ഇന്ദുശേഖരാ ഗിരീശ പന്നഗേന്ദ്ര ഭൂഷണാ
സുന്ദരേശ്വരാ ജഗന്നിവാസ ഭക്തവത്സലാ
നിന്നുടെ കൃപാതിരേകമെന്നുമെന്നിലേശുവാൻ
തോന്നിടേണമേ സദാ നമഃശിവായ പാഹിമാം
ഈശ്വരാ ഭവൽ പ്രകൃതിയായിടുന്ന മായയിൽ
വിശ്വനായകാ വലച്ചിടായ്കമാം ദയാനിധേ
നശ്വരങ്ങളൊക്കെയിന്നു പാർക്കിലെന്റെ ദൈവമേ
വിശ്വവന്ദ്യവിഗ്രഹാ നമശ്ശിവായ പാഹിമാം
ഉത്തമ പ്രവൃത്തിചെയ്‌വതിന്നു നിത്യമെൻമനം
എത്തിടുന്നതിന്നുമത്രയല്ല ദൈവഭക്തിയിൽ
ശ്രദ്ധയും വിശിഷ്ടരിൽ ഗുരുത്വവും വരുത്തുവാൻ
അനുഗ്രഹിക്ക ദൈവമേ നമശിവായ പാഹിമാം.
ഊക്കേഴും കൃതാന്ത കിങ്കരരാർത്തടുത്തുവന്നുടൻ
ചിക്കനെ പിടിച്ചുകെട്ടുവാൻ തുടങ്ങിടുംവിധൗ
നിൽക്കയെന്നുരയ്ക്കുവാൻ ഭവാന്റെ ദൂതരെന്നിയേ
പാർക്കലില്ലയാരുമേ നമശ്ശിവായ പാഹിമാം
എത്രയും ഭയങ്കരത്വമായ ദുഷ്കൃതങ്ങൾ ഞാൻ
ഓർത്തിടാതെ മുൻപ് ചെയ്തുപോയതൊക്കെയും ഭവാൻ
ആർദ്രചിത്തനായെനിക്ക് മാപ്പുതന്നീടേണമേ

അദ്രിനന്ദനപ്രിയ നമഃശ്ശിവായപാഹിമാം
ഏകനായ് അരൂപനായ് സനാതനസ്വരൂപനായ്
ലോകമാകവേ നിറഞ്ഞമർന്നിടുന്ന ദൈവമേ
ശോകസാഗരേ കിടന്നുഴന്നിടുന്നൊരെന്റെ വൻ
ശോകമാകെയാറ്റണേ നമഃശ്ശിവായ പാഹിമാം
ഒട്ടുനേരമെങ്കിലും ഭവാന്റെ പുണ്യകീർത്തനം
പുഷ്ടഭക്തിയോടുകൂടി നിത്യവും ഭജിക്കുവാൻ
അഷ്ടമൂർത്തിയെ കനിഞ്ഞനുഗ്രഹിക്ക ദൈവമേ
വിശിഷ്ട ലോക വന്ദിതാ നമഃശ്ശിവായ പാഹിമാം
ഓർക്കിലി ഭവാംബുരാശി അക്കരയ്ക്ക് പറ്റുവാൻ
തക്കയാനപാത്രമാണീശനാമ കീർത്തനം
ഭക്തിയോടു സന്ധ്യയിങ്കലുച്ചരിപ്പവർക്കു നീ
മുക്തിയെ കൊടുപ്പതും നമഃശ്ശിവായ പാഹിമാം
ഔഷധങ്ങളാൽ ശമിച്ചിടാത്ത കർമ്മവ്യാധിയും
മാന്ത്രിക പ്രവൃത്തിയാലൊഴിഞ്ഞിടാത്ത വ്യാധിയും
നിന്തിരുപ്രസാദമൊന്നിനാലകറ്റിടേണമേ
ചന്ദ്രശേഖരപ്രഭോ നമഃശ്ശിവായ പാഹിമാം
അന്തിനേരമാദരേണ അന്തരംഗഭക്തിയിൽ
അന്തകാരിയാം ശിവന്റെ നാമമുച്ചരിക്കിലോ
അന്തകാഭയം വരാതെകാത്തൊടുക്കുമീശ്വരന്റെ
അന്തികത്തിലാക്കിയും നമഃശ്ശിവായ പാഹിമാം
അർത്ഥവും കളത്രപുത്രമിത്രപൗത്രരാദിയും
എത്തിടുന്നതില്ല മൃത്യുയായവർക്ക് കൂട്ടിനായ്
മൃത്യുവിന്ന് മുമ്പുചെയ്ത പുണ്യപാപമെന്നിയേ
മിത്രമായ് വരാദൃഢം നമഃശ്ശിവായ പാഹിമാം
മൃത്യുശാസനസ്തവം പവിത്രമുത്തമോത്തമം
ഭക്തിയോട് നിത്യവും ത്രിസന്ധ്യയിൽ ജപിക്കിലോ
മർത്ത്യരായിടുന്നവർക്കിഹത്തിലും പരത്തിലും
നിത്യവും സുഖിച്ചിടാം നമശ്ശിവായ പാഹിമാം

മുരുകസ്തുതി

കൈലാസവാസിയാം ദേവദേവ
ബാലസുബ്രഹ്മണ്യ കുമ്പിടുന്നേൻ
ദേവാദിദേവാ ജഗന്നിവാസ
പാർവ്വതി നന്ദനാ കമ്പിടുന്നേൻ
ശക്തിസ്വരൂപാ പരം പൊരുളേ
പാവനമൂർത്തേ ഞാൻ കുമ്പിടുന്നേൻ
നിത്യനിരാമയ കാർത്തികേയ
സത്യസ്വരൂപാഞാൻ കുമ്പിടുന്നേൻ
അത്തലശേഷവും തീർത്തിടുവാൻ
ഭക്ത്യാനിൻ പാദങ്ങൾ കുമ്പിടുന്നേൻ
ആനന്ദവാരിധേ ദാനവാരെ
ദീനത തീരുവാൻ കുമ്പിടുന്നേൻ
വള്ളി മണാളനേ സുബ്രഹ്മണ്യാ
ശ്രീ പഴനിവാസ കുമ്പിടുന്നേൻ
അംബികസൂനോ പഴനിവാസാ
തമ്പുരാനെഹരേ കുമ്പിടുന്നേൻ
എള്ളോളമെന്നിൽക്കനിയുമെങ്കിൽ
കള്ളമല്ലീയിവൻ ഭാഗ്യശാലി
അൻപൊടെ വന്ദിച്ചു വാഴ്ത്തീടുന്നേൻ
എൻപോറ്റി നിത്യം ഞാൻ കുമ്പിടുന്നേൻ
കൈലാസവാസിയാം ദേവദേവാ
ബാലസുബ്രഹ്മണ്യ കുമ്പിടുന്നേൻ

അയ്യപ്പ കീർത്തനം

അയ്യപ്പാഹരേ അയ്യപ്പ പാഹിമാം
ശബരിമാമല ശാസ്താവെ പാഹിമാം
നന്മമേലിൽ വരുവതിനായ് ഞങ്ങൾ
നിർമ്മല നിന്നെ സേവ ചെയ്തീടുന്നു
സന്തതം മമവന്നു തുണയ്ക്കണം
ഹരിഹരപുത്രനയ്യപ്പ പാഹിമാം
മന്നിലിന്നു മഹാഗിരി തന്നില-
ത്യുന്നതമാം ശബരിമല തന്നിൽ
സേവിച്ചീടും ജനങ്ങളെയൊക്കയും
പാലിച്ചീടുക സ്വാമി നിലവയ്യ (അയ്യപ്പാ)

ശിവസുത ഞങ്ങൾക്കുള്ള മാലൊക്കെയും
തിരുവടിതന്നെ തീർത്തുരക്ഷിക്കണം
കരുണാവാരിധേ! കാത്തുകൊള്ളേണമേ
തിരുമലരടി വന്ദേ നിലവയ്യ (അയ്യപ്പാ)

വരണം ഞങ്ങൾക്കു സമ്പത്തുമേൽക്കുമേൽ
തരണംസന്തതിയുമടിയങ്ങൾക്ക്
പലഗുണങ്ങൾ ശരീരസൗഖ്യങ്ങളും
വരണമേ നിത്യം സ്വാമി നിലവയ്യ (അയ്യപ്പാ)

എപ്പോഴും തവ പാദങ്ങളല്ലാതെ
മറ്റൊരു മനസില്ലാ കൃപാനിധേ
തൃക്കൺപാർക്കണം ഞങ്ങളെ നിത്യവും
വിഷ്ണു നന്ദനസ്വാമി നിലവയ്യ (അയ്യപ്പാ)

അയ്യപ്പസ്തുതി

അയ്യപ്പാ ഹരേ അയ്യപ്പാ പാഹിമാം
ശബരി മാമല ശാസ്താവേ പാഹിമാം
അയ്യപ്പാ ഹരേ അയ്യാപ്പാ പാഹിമാം
ശബരി മാമല ശാസ്താവേ പാഹിമാം

അത്തലന്യേ ധരണിയിലുള്ളൊരു
മർത്ത്യരൊക്കെയും അയ്യനെ കൂപ്പുവാൻ
കൂട്ടമോടെ എരുമേലിൽ ചെന്നിട്ട്
പേട്ട കൊണ്ടാടി അയ്യപ്പ പാഹിമാം

ആർത്തമോദം വസിച്ചു പുലർകാലെ
കോട്ടവാതിൽ കടന്നു നടന്നു പോയ്
തീർത്ഥമാം പേരൂർ തോട്ടിൽ കുളിച്ചുടൻ
പാർത്തലെ നടന്നയ്യപ്പാ പാഹിമാം

ഇമ്പമോടൊത്തു കാളകെട്ടി കടന്ന
യൻപിനോടെ അഴുതാ നദി പുക്കു
വൻപിയെലുമഴുതയിൽ സ്നാനവും
കമ്പമെന്നിയെ അയ്യപ്പ പാഹിമാം

അയ്യപ്പാ ഹരേ അയ്യപ്പാ പാഹിമാം
ശബരി മാമല ശാസ്താവേ പാഹിമാം
അയ്യപ്പാ ഹരേ അയ്യാപ്പാ പാഹിമാം
ശബരി മാമല ശാസ്താവേ പാഹിമാം

ഈശ പുത്രനാം അയ്യനെ ചിന്തിച്ചിട്ട്
ആശയോടൊരു കല്ലുമെടുത്തുടൻ
ആശു കേറി ആ കല്ലിടും കുന്നിന്മേൽ
വാസമന്നവർ അയ്യപ്പാപാഹിമാം

ഉൾക്കനിവോടെ പിന്നെ പുലർകാലെ
വെക്കമെങ്ങു ചവിട്ടി കരിമല
പൊക്കമേറിയ കുന്നും കടന്നവർ
പുക്കു പമ്പയിൽ അയ്യപ്പ പാഹിമാം

ഊഴിതന്നിൽ പ്രസിദ്ധമാം പമ്പയിൽ
സ്നാനവും ചെയ്തു സദ്യ കഴിച്ചുടൻ
കോഴകൂടാതെ നീലിമല കേറി
വാസമെന്നിയെ അയ്യപ്പാപാഹിമാം
അയ്യപ്പാ ഹരേ അയ്യപ്പാ പാഹിമാം
ശബരി മാമല ശാസ്താവേ പാഹിമാം

അയ്യപ്പാ ഹരേ അയ്യപ്പ പാഹിമാം
ശബരി മാമല ശാസ്താവേ പാഹിമാം

എത്രയും വിസ്മയമാം ഗുഹകൾ ക-
ണ്ടൊത്തു കൂടി ശബരിപീഠത്തിങ്കൽ
തത്രനിന്നു ശബരിയെ വന്ദിച്ചു
ഭക്തിപൂർമായ് അയ്യപ്പാപാഹിമാം

ഏറെമോദാൽ പതിനെട്ടു നല്പടി
കേറിച്ചെന്നു തൊഴുതു ഭാഗവാനെ
മാറിപ്പോന്നു കുടീലും ചമച്ചുടൻ
മാരതുല്യനാം അയ്യപ്പ പാഹിമാം

അയ്യനെ നിനച്ചന്നു വസിച്ചുടൻ
പയ്യെ നേരം പുലരും ദശാന്തരെ
ചൊവ്വിനോടെ തിരിച്ചു വടക്കോട്ട്
ദൈവമായുള്ളോരു അയ്യപ്പാപാഹിമാം

അയ്യപ്പാ ഹരേ അയ്യപ്പാ പാഹിമാം
ശബരി മാമല ശാസ്താവേ പാഹിമാം
അയ്യപ്പാ ഹരേ അയ്യാപ്പാ പാഹിമാം
ശബരി മാമല ശാസ്താവേ പാഹിമാം

ഒത്തുകൂടി ആ കുമ്പളം തോടതിൽ
ബദ്ധമോദേന സ്നാനവും ദാനവും
സദ്യയും കഴിച്ചങ്ങുമെ പോന്നുടൻ
പുക്ക് അമ്പലത്തിൽ അയ്യപ്പാപാഹിമാം

ഓരോരോ ജനം പാരാതെ വന്നിട്ട
ങ്ങാദരേണ തൊഴുതു ഭഗവാനെ
ശക്തിക്കൊത്ത വഴിപാടതൊക്കയും
ഭക്തി ആയി കഴിച്ചയ്യപ്പ പാഹിമാം

ഔവ്വണ്ണം തന്നെ പിന്നെ പുലർകാലെ
ചൊവ്വോടെ മല തന്നെയുമമ്മയും
സർവ്വരും കടുത്ത സ്വാമി തന്നെയും
ചെന്നു വന്ദിച്ചാരയ്യപ്പാ പാഹിമാം

അയ്യപ്പാ ഹരേ അയ്യപ്പാ പാഹിമാം
ശബരി മാമല ശാസ്താവേ പാഹിമാം
അയ്യപ്പാ ഹരേ അയ്യാപ്പാ പാഹിമാം
ശബരി മാമല ശാസ്താവേ പാഹിമാം

അന്നുതന്നെ മലയും ഇറങ്ങിട്ടു
വന്നു ലോകരെരുമേലിൽ പാർക്കുന്നു
തിങ്ങിന മാൽ അകറ്റേണമെന്നുടെ
ശങ്കരാത്മജാ അയ്യപ്പാ പാഹിമാം

ഇങ്ങനെ ശബരിമലവാസനെ ചെന്നു
കണ്ടു വണങ്ങുന്ന സർവ്വർക്കും
ഭക്തിയോടെ നിനയ്ക്കും ജനങ്ങൾക്കും
മുക്തി നൽകണം അയ്യപ്പാ പാഹിമാം

കീർത്തി ഏറുമീ കീർത്തനം നിത്യവും
ഓർത്തു കൊണ്ടു ചൊല്ലീടുന്ന മർത്ത്യന്ന്
കീർത്തി സന്തതി സമ്പത്തുമുണ്ടാകും
ആർത്തി നാശനൻ അയ്യപ്പപാഹിമാം

അയ്യപ്പാ ഹരേ അയ്യപ്പാ പാഹിമാം
ശബരി മാമല ശാസ്താവേ പാഹിമാം
അയ്യപ്പാ ഹരേ അയ്യാപ്പാ പാഹിമാം
ശബരി മാമല ശാസ്താവേ പാഹിമാം

ശ്രീമഹാ ഭാഗവത കീർത്തനം

ഒന്നാം പാദം (തരംഗിണി)

നാരായണ ജയ നാരായണ ജയ
നാരായണ ജയ നാരായണ ജയ
നാരായണ തവ പാദസരോജം
അകമേ വിലസുക നാരായണ ജയ

കരളിൽ വിവേകം കൂടാതേ ക-
ണ്ടരനിമിഷം ബത ! കളയരുതാരും !
മരണം വരുമിനിയെന്നു നിനച്ചിഹ
മരുവുക സതതം നാരായണ ! ജയ

കാണുന്നു ചിലർ പലതുമുപായം;
കാണുന്നില്ല മരിക്കുമിതെന്നും;
കാൺകിലുമൊരുനൂറ്റാണ്ടിനകത്തി-
ല്ലെന്നേ കാണൂ; നാരായണ! ജയ

കിമപി വിചാരിച്ചീടുകിൽ മാനുഷ-
ജന്മനി വേണം മുക്തിവരേണ്ടുകിൽ;
കൃമിജന്മത്തിലുമെളുതായ് വരുമീ-
വിഷയസുഖം ബത ! നാരായണ ! ജയ

കീഴിൽ ചെയ്ത ശുഭാശുഭകർമ്മം
മേലിൽ സുഖദുഃഖത്തിനു കാരണം
സുഖമൊരു ദുഃഖം കൂടാതെ ക-
ണ്ടൊരുവനുമുണ്ടോ? നാരായണ! ജയ

കുന്നുകൾപോലെ ധനമുണ്ടാകിലും
ഇന്ദ്രനുസമമായ് വാണീടുകിലും
ഒന്നുരിയാടുവതിന്നിട കിട്ടാ
വന്നാൽ യമഭടർ നാരായണ ! ജയ

കൂപേ വീണുഴലുന്നതുപോലെ
ഗേഹേ വാണുഴലുന്ന ജനാനാം
ആപദ്ഗണമകലേണ്ടുകിൽ മുനിജന
വാക്കുകൾ പറയാം നാരായണ ! ജയ

കെട്ടുകളായതു കർമ്മം പുരുഷനു
കെട്ടുകളറ്റേ മുക്തിവരൂ ദൃഢം
കെട്ടുകളോ, ഫലഭുക്ത്യാതീരും
കെട്ടായിനിയും നാരായണ! ജയ
കേൾക്കണമെളുതായുണ്ടു രഹസ്യം
ദുഷ്കൃതവും നിജ സുകൃതവുമെല്ലാം
കാൽക്കൽ നമസ്കൃതി ചെയ്തു മുകുന്ദനി
ലാക്കുക സതതം നാരായണ ! ജയ
കൈയിൽ വരുന്നതുകൊണ്ടു ദിനങ്ങൾ
കഴിക്ക; ഫലം പുനരിച്ഛിക്കൊല്ലാ,
കൈവരുമാകിലുമിന്ദ്രന്റെ പദ-
മെന്തിന് ? തുച്ഛം ! നാരായണ ! ജയ
കൊടിയ തപസ്സുകൾ ചെയ്തോരോ ഫല-
മിച്ഛിച്ചീടുകിൽ മുക്തിവരാ ദൃഢം;
അടിമലർ തൊഴുകിലൊരിച്ഛാഹീനം
മുക്തന്മാരവർ നാരായണ ! ജയ
കോപംകൊണ്ടു ശപിക്കരുതാരും
ഭഗവന്മയമെന്നോർക്ക സമസ്തം
സുഖവും ദുഃഖവുമനുഭവകാലം
പോയാൽ സമമിഹ നാരായണ ! ജയ
കൗതുകമൊന്നിലു മില്ലിനി മഹതാം
ഭഗവദ് ഭക്തന്മാരൊടുകൂടി
ഭഗവദ് ഗുണകഥനശ്രവണങ്ങ-
ളൊഴിഞ്ഞൊരു നേരം; നാരായണ ! ജയ
കരുണാകരനാം ശ്രീനാരായണ-
നരുളീടും നിജ സായൂജ്യത്തെ
ഒരുഫലമുണ്ടോ ? പതിനായിരമുരു
ചത്തുപിറന്നാൽ; നാരായണ ! ജയ
ബഹുജന്മാർജ്ജിത കർമ്മമശേഷം
തിരുമുൽക്കാഴ്ച നിനക്കിഹ വച്ചേൻ
ജനിമരണങ്ങളെനിക്കിനി വേണ്ടാ
പരിപാലയ മാം നാരായണ! ജയ
നാരായണ ജയ നാരായണ ജയ
നാരായണ ജയ നാരായണ ജയ
നാരായണ തവ പാദസരോജം
അകമേ വിലസുക നാരായണ ജയ

നാഗരാജ സ്തോത്രം

അല്ലലെല്ലാമകറ്റുവതിനായി
ചൊല്ലെഴുന്നിടും മണ്ണാറശാലയിൽ
ഉല്ലസിക്കുന്ന നാഗരാജേശ്വരൻ
എല്ലാ നാളുമനുഗ്രഹിച്ചീടണേ
ആധിവ്യാധികൾ തീർത്തു പാലിച്ചീടും
ബോധരൂപനാം നാഗരാജേശ്വരാ! നമ
ബാധകകളൊന്നുമീയെന്നിലേശാതെ
വ്യാധിനാശനാ! നാഗരാജാ ജയ
ഇച്ഛയെന്നിലണയ്ക്കാതെ നിത്യവും
സ്വച്ഛമാനസാ! പത്മനാഭപ്രിയ
സ്വച്ചരിതങ്ങൾ കീർത്തിച്ചിടുന്നതും
സത്യദൈവമേ! നാഗരാജാ ജയ
ഈ ജഗത്തിങ്കലുള്ള മഹാജനം
ശ്രീജഗദീശ! നിത്യം ഭവൽപാദം
കണ്ടുകൈതൊഴുവോർക്കു ഭവിക്കുന്നോ
രിന്ന് മാലെല്ലാമകറ്റണേ ദൈവമേ
ഉരഗദേവൻ നിലവറതിന്നലായ്
പരമകാരുണികൻ പള്ളികൊള്ളുന്നു
ദുരിതനാശനൻ ദുർദ്ദശ തീർക്കുവാൻ
വരമരുളണേ നാഗരാജാ! ജയ
ഊഴിതന്നിൽ പ്രസിദ്ധിയോ പെരുകിടു
മാഴിമാതിന്റെ വാസമായ് തീർന്നൊരു
വേദിയർകുല ദൈവതമായിടും
മണ്ണാറശാലിൽ നാഗരാജാ! ജയ
എത്ര ദുഃഖത്തിൽ ഞാൻ പെട്ടുപോകിലും
ചിത്തതാരിണ നിന്നിലായിടണം
സത്തുചിത്ത പ്രഭാകരനേ മനോ
മണ്ണാറശാലിൽ നാഗരാജാ! ജയ
ഏറെ ദേവകളുണ്ടെന്നിരിക്കിലും

നേരിൽ കാണുന്ന ദേവനല്ലോ ഭവാൻ
ഓരോരുത്തരു ഭക്തിയോടർത്ഥിച്ചാൽ
ചേരുമൈശ്വര്യം നാഗരാജാ! ജയ
ഐശ്വര്യത്തിന്റെ കേദാരമായിടും
വിശ്വനായകാ! നിന്റെ വാസസ്ഥലം
ശാശ്വതാ നിന്നെ താണു കൂപ്പിടുന്നു
മണ്ണാറശാലിൽ നാഗരാജാ! ജയ
ഒട്ടുനാളായി നിന്നെ ഭജിക്കുന്നു
കഷ്ടതകളൊഴിവതിന്നായിട്ട്
ചെറ്റുകാരുണ്യമെന്നിലുണ്ടാകണേ
മണ്ണാറശാലിൽ നാഗരാജാ! ജയ
ഓരോരോ ദുരിതങ്ങൾ വരുമ്പോഴും
പാരാതെന്നിൽ കരുണചൊരിയണേ
പൂതമാനസ ഭക്തജനപ്രിയ
മണ്ണാറശാലിൽ നാഗരാജാ! ജയ
ഔഷധങ്ങൾ നിറഞ്ഞുവിളങ്ങീടും
പാവനമായകാടുകളുള്ളതിൻ
ചിന്മയനാകും നമ്മുടെ വംശങ്ങൾ
നന്മയായ് വാഴും നാഗരാജ! ജയ
അംബികയാകും നാഗയക്ഷിപിന്നെ-
അംബുജേഷണ നാഗചാമുണ്ഡിയും
സർപ്പയക്ഷി കരിനാഗമൊക്കെയും
സർവ്വനേരവും കാത്തുരക്ഷിക്കണേ!
അല്പനായിടുമീയെനിക്കാശ്രയം
ചില്പുമാനായ നീയൊഴിഞ്ഞില്ലല്ലോ
സത്പുരുഷാ സർവ്വേശ്വരാ പാഹിമാം
മണ്ണാറശാലിൽ നാഗരാജാ! ജയ

പ്രാർത്ഥനാ മന്ത്രങ്ങൾ

ഗണപതിസ്തുതി
ശുക്ലാംബരധരം വിഷ്ണും ശശിവർണ്ണം ചതുർഭുജം
പ്രസന്നവദനം ധ്യായേത് സർവ്വ വിഘ്നോപശാന്തയേ
സർവ്വ വിഘ്നഹരംദേവം സർവ്വ വിഘ്ന വിവർജ്ജിതം
സർവ്വസിദ്ധി പ്രദാധാരം വന്ദേഹംഗണനായകം

സരസ്വതിസ്തുതി
സരസ്വതി നമസ്തുഭ്യം വരദേ കാമരൂപിണി
വിദ്യാരംഭം കരിഷ്യാമി സിദ്ധിർ ഭവതു മേ സദാ

അനുഗ്രഹമന്ത്രം
സർവ്വമംഗള മംഗല്യേ ശിവേ സർവാർത്ഥ സാധികേ
ശരണ്യേ ത്ര്യംമ്പകേ ഗൗരി നാരായണി നമോസ്തുതേ
നമസ്തുതേ മഹാമായേ ശ്രീപീഠേ സുരപൂജിതേ

വിഷ്ണുസ്തുതി
ശാന്താകാരം ഭുജഗശയനം പത്മനാഭം സുരേശം
വിശ്വാധാരം ഗഗനസദൃശം മേഘവർണ്ണം ശുഭാംഗം
ലക്ഷ്മീകാന്തം കമലനയനം യോഗിഭിർധ്യാനഗമ്യം
വന്ദേ വിഷ്ണും ഭവഭയഹരം സർവ്വലോകൈകനാഥം

ശിവസ്തുതി
വന്ദേശംഭും ഉമാപതിം സുരഗുരും വന്ദേ ജഗത്കാരണം
വന്ദേപന്നഗഭൂഷണം മൃഗധരം വന്ദേപശുനാംപതി
വന്ദേ സൂര്യശശാങ്ക വഹ്നി നയനം വന്ദേ മുകുന്ദപ്രിയം
വന്ദേ ഭക്തജനാശ്രയം വരദം വന്ദേശിവം ശങ്കരം

ഗുരുധ്യാനം
ഗുരുർ ബ്രഹ്മാ ഗുരുർ വിഷ്ണു
ഗുരുർ ദേവോ മഹേശ്വര
ഗുരു സാക്ഷാത് പരംബ്രഹ്മാ തസ്മൈ ശ്രീ ഗുരുവേ നമഃ

അജ്ഞാന തിമിരാന്ധസ്യ ജ്ഞാനാഞ്ജന ശലാകയാ
ചക്ഷുരുഞ്ചിലിതംയേന തസ്മൈ ശ്രീ ഗുരവേ നമഃ

ദേവീസ്തുതി

അമ്മേ നാരായണാ ദേവീ നാരായണ
ലക്ഷ്മീ നാരായണ ശ്രീ ഭദ്രേ നാരായണ
അമ്മേ നാരായണാ ദുർഗ്ഗേ നാരായണ
അംബ മഹേശ്വരി അഖിലാണ്ഡേശ്വരി
ആദിപരാശക്തി പരിപാലയമാം
അംബ മഹേശ്വരി അഖിലാണ്ഡേശ്വരി
അന്നപൂർണ്ണേശ്വരിപരിപാഹിമാം
ആനന്ദ രൂപിണി പരിപാലയമാം

സരസ്വതിസ്തുതി

വെള്ളപ്പളുങ്കുനിറമൊത്ത വിദഗ്ധരൂപി
കള്ളംകളഞ്ഞു കമലത്തിലെഴുന്നശക്തി
വെള്ളത്തിലെത്തിരകൾ തള്ളിവരുംകണക്കെ-
ന്നുള്ളത്തിൽ വന്നു വിളയാടു സരസ്വതി

ഓം നമോ ഭഗവതേ വാസുദേവായ
ഓം നമോ ഭഗവതേ നാരായണായ
നാരായണായ വാസുദേവായ
വാസുദേവായ നാരായണായ (2)
നാരായണാ ഹരേ നാരായണാ ഹരേ
നാരായണാ ഹരേ നാരായണാ

അവതാര കീർത്തനം

അംബുജായത ലോചന കോമള
കാബുധാരണ കാരുണ്യവാരിധേ
കല്മഷാപഹ നിൻപാദപങ്കജം
ചെമ്മേ കാണുമാറാകണം ഗോവിന്ദ
ആഴിതന്നിൽ മുഴുകിയ വേദത്തെ
മീളുവാനൊരു മീനായിചെന്നുടൻ
ഏഴുസാഗരം ചൂഴെ നിന്നീടുന്ന
വേഷമമ്പൊടു കാണണം ഗോവിന്ദ
ഇച്ഛയോടെ സുരാസുരസഞ്ചയം
സ്വച്ഛവാരിധിതോയം കടയുമ്പോൾ
കച്ഛപാതി കൈക്കൊണ്ടുമേവിടും
വിശ്വവ്യാപിയെകാണുമാറാകണം
ഊഷലെന്നിയെ സൂകരവേഷമായ്
ദ്വേഷിച്ചീടും ഹിരണ്യാക്ഷനെക്കൊന്നു
ധാത്രിചക്രത്തെ വീണ്ടുകൊണ്ടന്നൊരു
ഗാത്രമമ്പാടു കാണണം ഗോവിന്ദ!
ഉഗ്രനായഹിരണ്യകശുപുവെ
നിഗ്രഹിച്ച നരസിംഹമൂർത്തിയെ
അഗ്രേ പ്രഹ്ളാദസേവിതനായിട്ട്
വ്യഗ്രംകൂടാതെ കാണണം ഗോവിന്ദ
ഗൂഢമോദം മഹാബലിതന്നോടു
ഗൂഢമായിച്ചെന്നു മൂവടി ഭൂമിയെ
യാചിച്ചീടുന്ന വാമനമൂർത്തിയെ
സേവിച്ചീടുമാറാകേണം ഗോവിന്ദ
എണ്ണിക്കൊണ്ടിരുപത്തൊന്നു പ്രാവശ്യം
എണ്ണമില്ലാത്ത ക്ഷത്രിയ വംശത്തെ
ദണ്ഡിപ്പിച്ച പരശുരാമാകൃതി
കണ്ണിൽ കാണുമാറാകേണം ഗോവിന്ദ

ഏണനേർമിഴിജീതകീചോരനെ
ബാണമെയ്തുവധിച്ച ശ്രീരാമനെ
കാണിനേരം പിരിയാതെയെൻമുമ്പിൽ
കാണുമാറരുളീടണം ഗോവിന്ദ
അയ്യോ ഹസ്തിനമായപുരിപൂക്കു
കയ്യിൽ മേവും കലപ്പയാൽ കോരിട്ടു
പയ്യവേ എറിവാൻ തുനിയുംബല-
ഭദ്രരാമനെക്കാണണം ഗോവിന്ദ
ഒട്ടൊഴിയാതെ ഭൂഭാരം തീർപ്പാനായ്
ദുഷ്ടഭൂപരെ കൊന്നുമുടിച്ചിടും
പെട്ടന്നമ്പൊടു കാട്ടിയതൊക്കെയും
കൃഷ്ണരൂപമേ കാണണം ഗോവിന്ദ
ഓർക്കിലെത്രയും പേടിയാമിന്നിമേൽ
കൽക്കിയായിട്ടവതരിക്കുന്നതും
ഖഡ്ഗവുമേന്തി മ്ലേച്ഛരെയൊക്കെയും
വെക്കം കൊൽവതും കാണണം ഗോവിന്ദ
അവ്വിധമായ പത്തവതാരവുംചൊവ്വോടെ
ചൊൽവാനാർക്കു കഴിയുന്നു
ദൈവമേ തവകാരുണ്യം കൊണ്ടുമേ
കൈവരണമേ കൈവല്യം ഗോവിന്ദ
അന്തമില്ലാതെ ഞാൻ ചെയ്ത പാപത്തെ
നിന്തുരുവടി നീക്കി കളഞ്ഞുടൻ
അന്ത്യകാലത്തു മുക്തിയെ നൽകുവാൻ
ബന്ധുനീയല്ലാതില്ലാരും ഗോവിന്ദ
അച്യുതാനന്ദ ഗോവിന്ദ മാധവ
സച്ചിദാനന്ദരൂപ സനാതന
ഉച്ചരിക്കായ് വരേണം നിൻനാമങ്ങൾ
വിശ്വനായക വിഷ്ണോ നമോസ്തുതേ

സമർപ്പണം

കായേന വാചാ മനസേന്ദ്രിയർവാ
ബുദ്ധ്യാത്മനാവാ പ്രകൃതേ സ്വഭാവാത്
കരോമി യദ്യത്സകലം പരസ്മൈ
നാരായണായേതി സമർപ്പയാമി
ശ്രീ വല്ലഭായേതി സമർപ്പയാമി
ശ്രീ സുദർശനായേതി സമർപ്പയാമി
ശ്രീലളിതാംബികായേതി സമർപ്പയാമി
ഓം നമഃശിവായേതി സമർപ്പയാമി

ക്ഷമാപരാധമന്ത്രം

കരചരണകൃതം വാ കായജം കർമ്മജം വാ
ശ്രവണ നയനജം വാ മാനസം വാപരാധം
വിഹിതമവിഹിതം വാ സർവ്വമേതൽക്ഷമസ്വ
ജയജയ കരുണാബ്ധേ ശ്രീ മഹാദേവശംഭോ

ജ്ഞാനപ്പാന

പ്രസക്തഭാഗങ്ങൾ

കൃഷ്ണ! കൃഷ്ണ! മുകുന്ദാ ജനാർദ്ദനാ
കൃഷ്ണ! ഗോവിന്ദ! നാരായണാ! ഹരേ!
അച്യുതാനന്ദ! ഗോവിന്ദ! മാധവാ!
സച്ചിതാനന്ദ! നാരായണാ! ഹരേ!

ഗുരുനാഥൻ തുണചെയ്ക സന്തതം
തിരുനാമങ്ങൾ നാവിന്മേലെപ്പൊഴും
പിരിയാതെയിരിക്കണം നമ്മുടെ
നരജന്മം സഫലമാക്കീടുവാൻ
ഇന്നലെയോളമെന്തെന്നറിഞ്ഞീലാ ഇനി
നാളെയുമെന്തെന്നറിഞ്ഞീലാ
ഇന്നിക്കണ്ട തടിക്കു വിനാശവു-
മിന്ന നേരമെന്നേതുമറിഞ്ഞീലാ.
കണ്ടുകണ്ടങ്ങിരിക്കും ജനങ്ങളെ
ക്കണ്ടില്ലെന്നു വരുത്തുന്നതും ഭവാൻ
രണ്ടുനാലു ദിനംകൊണ്ടൊരുത്തനെ
തണ്ടിലേറ്റി നടത്തുന്നതും ഭവാൻ.
മാളികമുകളേറിയ മന്നന്റെ
തോളിൽ മാറാപ്പു കേറ്റുന്നതും ഭവാൻ.
കണ്ടാലൊട്ടറിയുന്നു ചിലരിതു
കണ്ടാലും തിരിയാ ചിലർക്കേതുമേ.
കണ്ടതൊന്നുമേ സത്യമല്ലെന്നതു
മുമ്പേ കണ്ടിട്ടറിയുന്നിതു ചിലർ.
മനുജാതിയിൽത്തന്നെ പലവിധം
മനസ്സിന്നു വിശേഷമുണ്ടോർക്കണം.
പലർക്കുമറിയേണമെന്നിട്ടല്ലോ
പലജാതി പറയുന്നു. ശാസ്ത്രങ്ങൾ.

കർമ്മത്തിലധികാരി ജനങ്ങൾക്കു
കർമ്മശാസ്ത്രങ്ങളുണ്ടു പലവിധം.
　　　കർമ്മശാസ്ത്രങ്ങൾ യോഗങ്ങളെന്നിവ
　　　സംഖ്യയില്ലതു നില്ക്കട്ടെ സർവ്വവും.
　　　ചുഴന്നീടുന്ന സംസാരചക്രത്തി-
　　　ലുഴന്നീടും നമുക്കറിഞ്ഞീടുവാൻ
　　　അറിവുള്ള മഹത്തുക്കളുണ്ടൊരു
　　　പരമാർത്ഥമരുൾ ചെയ്തിരിക്കുന്നു.
എളുതായിട്ടു മുക്തി ലഭിപ്പാനായ്
ചെവി തന്നിതു കേൾപ്പിനെല്ലാവരും
നമ്മെയൊക്കെയും ബന്ധിച്ച സാധനം
കർമ്മമെന്നറിയേണ്ടതു മുമ്പിനാൽ
　　　മുന്നമിക്കണ്ട വിശ്വമശേഷവും
　　　ഒന്നായുള്ളൊരു ജ്യോതിസ്സ്വരൂപമായ്
　　　ഒന്നും ചെന്നങ്ങു തന്നോടു പറ്റാതെ
　　　ഒന്നിനും ചെന്നു താനും വലയാതെ
　　　ഒന്നൊന്നായി നിനയ്ക്കും ജനങ്ങൾക്കു
　　　ഒന്നുകൊണ്ടറിവാകുന്ന വസ്തുവായ്
　　　ഒന്നിലുമറിയാത്ത ജനങ്ങൾക്കു
　　　ഒന്നുകൊണ്ടും തിരിയാത്ത വസ്തുവായ്.
ഒന്നുപോലെയൊന്നില്ലാതെയുള്ളതി-
ന്നൊന്നായുള്ളൊരു ജീവസ്വരൂപമായ്
ഒന്നിലുമൊരു ബന്ധമില്ലാതെയായ്
നിന്നവൻ തന്നെ വിശ്വം ചമച്ചുപോൽ.
മൂന്നുമൊന്നിലടങ്ങുന്നു പിന്നെയും
ഒന്നുമില്ലപോൽ വിശ്വമന്നേരത്ത്.
　　　കാലമിന്നു കലിയുഗമല്ലയോ
　　　നമ്മളെല്ലാം നരന്മാരുമല്ലയോ
　　　ഹരിനാമങ്ങളില്ലാതെ പോകയോ
　　　ചെമ്മെനന്നായി നിരൂപിപ്പിനെല്ലാവരും

മനുഷ്യജന്മം ദുർല്ലഭം

എത്ര ജന്മം പ്രയാസപ്പെട്ടിക്കാലം
അത്രവന്നു പിറന്നു. സുകൃതത്താൽ
എത്ര ജന്മം മലത്തിൽ കഴിഞ്ഞതും
എത്ര ജന്മം ജലത്തിൽ കഴിഞ്ഞതും
എത്ര ജന്മങ്ങൾ മണ്ണിൽ കഴിഞ്ഞതും
എത്ര ജന്മം മരങ്ങളായ് നിന്നതും
എത്ര ജന്മം അരിച്ചു നടന്നതും
എത്ര ജന്മം മൃഗങ്ങൾ പശുക്കളായ്
അതുവന്നിട്ടിവണ്ണം ലഭിച്ചൊരു
മർത്ത്യജന്മത്തിൽ മുമ്പേ കഴിച്ചു നാം
എത്രയും പണിപ്പെട്ടിങ്ങു മാതാവിൻ
ഗർഭപാത്രത്തിൽ വീണതറിഞ്ഞാലും.
പത്തുമാസം വയറ്റിൽ കഴിഞ്ഞുപോയ്
പത്തുപന്തീരാണ്ടുണ്ണിയായിട്ടും പോയ്
തന്നെത്താനഭിമാനിച്ചു പിന്നേടം
തന്നെത്താനറിയാതെ കഴിയുന്നു
ഇത്രകാലമിരിക്കുമിനിയെന്നും
സത്യമോ നമുക്കേതുമൊന്നില്ലല്ലോ;
നീർപ്പോളപോലെയുള്ളൊരു ദേഹത്തിൽ
വീർപ്പുമാത്രമുണ്ടിങ്ങനെ കാണുന്നു.
ഓർത്തറിയാതെ പാടുപെടുന്നേരം
നേർത്തുപോകുമതെന്നേ പറയാവൂ
അത്രമാത്രമിരിക്കുന്ന നേരത്തു
കീർത്തിച്ചീടുന്നതില്ല തിരുനാമം

മോക്ഷ പ്രാർത്ഥന

സർവരക്ഷകാ ദൈവമെ പാഹിമാം
സർവരക്ഷകാ ദൈവമെ പാഹിമാം
സർവരക്ഷകാ ഇന്നീയാത്മാവിനു
സർവദാമോക്ഷമേകണം ദൈവമേ
കണ്ടുകണ്ടങ്ങിരിക്കും ജനങ്ങളെ
കണ്ടില്ലെന്നു വരുത്തുന്നു ദൈവമേ
കണ്ടിടാത്തൊരിന്നീയാത്മാവിനു
ഇണ്ടൽ തീർത്തങ്ങു മോക്ഷം കൊടുക്കണേ
കാലമാകുമഹിതന്റെ വക്ത്രത്തിൽ
കാലഭേദം നിനയ്ക്കാതെ വന്നുപോയ്
കാലദോഷങ്ങൾ തീർത്തീയാത്മാവിനു
ചാലവേ മോക്ഷമേകണം ദൈവമേ
കിട്ടിയെങ്കിലും ജന്മത്തിൽ സാഫല്യം
കിട്ടിടാതെപോയ് കർമ്മഭേദത്തിനാൽ
കഷ്ടത നീക്കിയിന്നിയാത്മാവിന്
ശ്രേഷ്ഠമാം മോക്ഷമേകണം ദൈവമേ
കീർത്തിയും ധനധാന്യാദി സർവവും
ഓർത്തുപാപങ്ങൾ ചെയ്തവയൊക്കെയും
തീർത്തു കാരുണ്യാൽ ഇന്നീയാത്മാവിനു
തീർത്തും മോക്ഷത്തെയേകണം ദൈവമേ
കുമ്പിടുന്നു നിൻ പാദത്തിൽ ഞങ്ങളും
തമ്പുരാനേ കനിഞ്ഞരുളേണമേ
അമ്പുപൂണ്ടു നീയിന്നിയാത്മാവിനു
സംപ്രതി മോക്ഷമേകണം ദൈവമേ
കൂടെ കൂടെയെന്നർത്ഥമേറ്റിടുന്ന
കൂടെ കർമ്മങ്ങൾ ചെയ്തവയൊക്കെയും
കൂട്ടമായ് കനിഞ്ഞിന്നീയാത്മാവിനു
സമ്പ്രതിമോക്ഷത്തെയേകണം ദൈവമേ

കെൽപ്പെഴും മായാ വൈഭവാലീശ്വരാ-
അല്പം നന്മയും ചെയ്തില്ലീ ജന്മത്തിൽ
ചിൽ പുരുഷാ കനിഞ്ഞീയാത്മാവിനെ
സ്വല്പമായ് മോക്ഷമേകണം ദൈവമേ

കേവലം ഭക്തി വിശ്വാസമില്ലാതെ
ഭാവനാവശാൽ കാലം കഴിച്ചുപോയ്
ആവിർമോദത്തോടിന്നീയാത്മാവിനു
ദേവ നീ മോക്ഷമേകണം ദൈവമേ

കൈവരേണ്ട മനുജന്മമേറ്റിടും
കൈവരിച്ചീല ധർമ്മപ്രകാരങ്ങൾ
കൈവല്യാത്മകാ ഇന്നീയാത്മാവിനു
കൈവരുത്തണേ മോക്ഷമെൻ ദൈവമേ

ക്രോധലോഭമോഹാദികളാൽ ചിരം
പാതകങ്ങളറിയാതെ ചെയ്കയാൽ
ആദിയാർന്നവയൊക്കെയൊഴിച്ചു മേൽ
നീതിയാം മോക്ഷമേകണം ദൈവമെ

കൗശലത്തിൽ കുടുങ്ങി, ഋണങ്ങളിൽ
ലേശമൊട്ടുമേ തീർത്തീലയെങ്കിലും
ശാശ്വതമായനുഗ്രഹിച്ചിന്നു നീ
ഈശ്വരാ മോക്ഷമേകണം ദൈവമെ

കണ്ടതില്ല നിൻ മഹാത്മ്യമാരുമേ
കണ്ടതില്ല നിൻ രൂപവുമെങ്ങുമേ
കണ്ടിടാത്ത നിൻ ദൈവികശക്തിയാൽ
ഇണ്ടൽ തീർത്തു മോക്ഷത്തെയേകണെ

കഷ്ടകർമ്മങ്ങൾ ചെയ്തവയൊക്കെയും
വിഷ്ടപേശാക്ഷമിച്ചരുളേണമെ
ശിഷ്ടപാലകം ഇന്നീയാത്മാവിനു
ശിഷ്ടമാം മോക്ഷമേകണേ ദൈവമേ

മോക്ഷ പ്രാർത്ഥന

ദൈവമെ കാരുണ്യ വാരിധേ എന്റെ
ദൈവമെ പാപവിനാശനാ
ദൈവമേ ദുഖം തീർത്തിയാത്മാവിനു
ദൈവമേ സായൂജ്യം നൽകണം (ദൈവമേ)
അച്ചുതാനന്ദ മുകുന്ദ പാലയ
നിശ്ചലാ സർവ്വ ലോകേശ്വര
നിശ്ചിതമായിട്ടിന്നീയാത്മാവിനു
സ്വച്ഛമാം സായൂജ്യം ചേർക്കണേ (ദൈവമേ)
ആദ്യന്തഹീന ഭവൽപാദത്തിങ്ക
ലാദ്യം നമിച്ചു പ്രാർത്ഥിക്കുന്നേൻ
വേദ്യസ്വരൂപ ഇന്നീയാത്മാവിന്ന
ഭേദ്യമാം സായൂജ്യം നൽകണേ (ദൈവമേ)
ഇക്ഷിതിയിൽ നരജന്മമേറ്റഹോ
ദുഷ്കൃതമൊക്കെയും ചെയ്തുപോയ്
വിഷ്ടപേശാക്ഷമിച്ചീയാത്മാവിനു
ഇഷ്ടമായ് സായൂജ്യം നൽകണേ (ദൈവമേ)
ഈശ്വരാ നിൻഗതിയൊന്നുമോരാതേ
ക്ലേശമാം സാഗരെ വാഴുന്നു
ക്ലേശമൊഴിച്ചു നീയാത്മാവിനു
ശാശ്വത സായൂജ്യം നൽകണേ (ദൈവമേ)
ഉറ്റവനായി നീയല്ലാതിന്നാരും
മറ്റില്ല രക്ഷിപ്പാൻ ദൈവമേ
മുറ്റിടും ദോഷങ്ങൾ മാറ്റിയാത്മാവി
ന്നിഷ്ടമാം സായൂജ്യം നൽകണേ (ദൈവമേ)
ഊഴിയിൽ വന്നു പിറന്നനേകമായ
പാപമാം കർമ്മങ്ങൾ ചെയ്ത ഹോ
കോഴകൂടാതെയിന്നിയാത്മാവിന്
പാവന സായുജ്യം നൽകണേ (ദൈവമേ)

മോക്ഷപ്രാർത്ഥന

നാരായണാ ഹരേ നാരായണാ ഹരേ
നാരായണാ ഹരേ നാരായണാ
നാവു കുഴയാതെ നാമം ജപിക്കുവാൻ
സാധിച്ചിടേണമേ നാരായണ (നാരായണാ ഹരേ)
മോഹം പലതുമേ സാധിച്ചിടാതെ ഞാൻ
ദേഹം ക്ഷയിച്ചൊരു വൃദ്ധനായ് തീർന്നുഞാൻ
ദണ്ണവും വന്നുപിടിപെട്ടു വല്ലാതെ
ദണ്ഡിച്ചുകൊണ്ടു കിടക്കുന്ന വേളയിൽ (നാവു കുഴയാതെ)
വന്നതുപോകാതെ വേറെയും ദണ്ഡങ്ങൾ
പിന്നെയും പിന്നെയും വന്നുവന്നിങ്ങനെ
ദേഹം മുഴുവനും കൈവശമാക്കിയി-
ദേഹിയെഇട്ടുവലയ്ക്കുന്നവേളയിൽ (നാവു കുഴയാതെ)
മെയ്യുതളർന്നു വിവശനായൊന്നുമേ
ചെയ്യുവാൻ വയ്യാതെ കൈകാൽ കുഴഞ്ഞുഞാൻ
മാലിന്യമേറ്റമിയന്നൊരു ശയ്യയിൽ
മാലാണ്ടുകൊണ്ടു കിടക്കുന്ന വേളയിൽ (നാവു കുഴയാതെ)
ഒന്നുചരിഞ്ഞുകിടക്കുവാനും കാൽകൾ
ഒന്നുമറിച്ചുവെയ്ക്കാവാനും വിഷമമായ്
സന്ധി ബന്ധങ്ങൾ കുഴഞ്ഞുവശംകെട്ട്
സന്ധിയിൽപെട്ട് വലയുന്ന വേളയിൽ (നാവു കുഴയാതെ)
കയ്യിലും കാലിലും നീരുവിങ്ങിച്ചൊരു
മെയ്യിലില്ലാതെവിളർത്തൊരിദ്ദേഹം
മോഹമെന്തന്നാലതുകൊടുക്കാം
വിധിച്ചാഹന്ത വൈദ്യനും കൈവിട്ട വേളയിൽ(നാവു കുഴയാതെ)
ഒന്നിനും കൊള്ളാത്ത ഓർത്താലറയ്ക്കുന്ന
തെന്നും മലമാന്നതേറ്റവും ദുഃഖമാം
എന്നാലുമീയുടൽ കൈവിടാനായ് മടി
ച്ചെന്നുടെ മാനസം വാഴ്കിടും വേളയിൽ (നാവു കുഴയാതെ)

മാരകവ്യാധികളൊന്നിച്ചു ചേർന്നധികാര
മെൻ മെയ്യിൽ നടത്തി തുടങ്ങവെ
ചൊല്ലാൻ കഴിയാത്ത ദണ്ഡങ്ങളും കൊണ്ട്
വല്ലാതെ ഞാൻ വിഷമിക്കുന്ന വേളയിൽ (നാവു കുഴയാതെ)
തെല്ലുമേ മാംസവും മേദസുമില്ലാതെ
എല്ലുംതൊലിയുമായ് തീർന്നൊരു മെയ്യുമായ്
കണ്ടാലൊരു തനി പ്രേതം കണക്കിനേ
നീണ്ടുനിവർന്നു കിടക്കുന്നവേളയിൽ (നാവു കുഴയാതെ)
ഏന്തിവലിച്ചുകൊണ്ടുള്ള വയറും
എല്ലൊക്കെയും ഉന്തി നിൽക്കുന്നോരുടലുമായ്
തോലിൽ പൊതിഞ്ഞിട്ടൊരസ്ഥികൂടംപോലെ
കാലുകൾ നീട്ടി തുടങ്ങുന്ന വേളയിൽ (നാവു കുഴയാതെ)
നൂറായിരം കാരമുള്ളുതറച്ചിതിലേറെ
ഞാൻ ദണ്ഡിച്ചുകൊണ്ടുകിടക്കവെ
ദേഹത്തിൽ നിന്നുമീ ജീവചൈതന്യത്തെ
മഹാനിളക്കി വലിക്കുന്നവേളയിൽ (നാവു കുഴയാതെ)
ചുണ്ടുകൾ രണ്ടും കിഴിഞ്ഞു പല്ലുന്തി കൺ-
രണ്ടും കുഴിഞ്ഞു വായ് പാതിതുറന്നു ഞാൻ
കണ്ടാൽ വികൃതമാം രൂപമാണ്ടുകൊണ്ടു
നീണ്ടുകിടന്നു വലിക്കുന്ന വേളയിൽ (നാവു കുഴയാതെ)
തീയിലിട്ടൂതീ പഴുപ്പിച്ച കമ്പികൾ
മെയ്യിലടിച്ചു കേറ്റുന്നപോലുർദ്ധനം
ദേഹത്തിലാകവെയുള്ളൊരുപ്രാണനേ
ദേഹത്തിൽ നിന്നും വിടർത്തുന്ന വേളയിൽ (നാവു കുഴയാതെ)
എല്ലാം വെടിഞ്ഞിട്ടുപോകേണ്ടതായൊരു
വല്ലാത്ത ഘട്ടമെല്ലാർക്കും ഭയങ്കരം
നാട്ടുകാർ വീട്ടുകാർ കൂട്ടുകാരൊക്കെയും
വിട്ടുപിരിയുന്നൊരാദുഃഖവേളയിൽ (നാവു കുഴയാതെ)
എത്രയും ദുർവൃത്തനായൊരജാമിളൻ
പുത്രനെയോർത്തുതൻ പേരൊന്നുരയ്ക്കവെ
സത്തമനാക്കിയ ദേഹിയ കൈകൊണ്ടുകാത്ത
നാരായണ കാത്തുകൊള്ളണമേ (നാവു കുഴയാതെ)

മോക്ഷപ്രാർത്ഥന

കർമ്മമെല്ലാമൊടുങ്ങിയെൻ ദേഹമീ
മണ്ണിൽ വീഴുന്ന നേരത്തു മാധവാ
മൃത്യുഭീതി അകറ്റുവാൻ നിന്നുടെ
കൺമുനകളാലൊന്നെന്നെ നോക്കണേ...
മെല്ലെമെല്ലെ അടയുന്ന കൺകളിൽ
നിന്റെ മോഹന രൂപം തെളിയണേ
ശൂന്യമാകുന്ന കാതുകൾ നിന്നുടെ
നാമമന്ത്രങ്ങൾ കേട്ടടഞ്ഞീടണേ
വേദനകൾ അകറ്റുവാൻ എന്നുടെ
ചാരെ പുഞ്ചിരി തൂകി നീ നിൽക്കണേ
നേർത്തലിഞ്ഞുപോകുന്നൊരു ശ്വാസത്തിൽ
നിൻ കളഭത്തിൻ ഗന്ധം നിറയ്ക്കണേ
പൊൻവളകൾ കിലുങ്ങുന്ന കയ്യിനാൽ
ഒന്നു തൊട്ടെന്റെ ആധിയകറ്റണേ
നശ്വരമായ മോഹങ്ങൾ മാറ്റിയെൻ
ചിന്തകൾക്കു നീ ശാന്തി നൽകീടണേ
നിൻ മുരളിതൻ നാദത്തിനാലെന്റെ
കർമ്മബന്ധത്തിൻ കെട്ടറുത്തീടണേ
കാൽത്തളകൾ കിലുക്കിയെൻ പാതയിൽ
കൂട്ടിനായെന്റെ കൂടെ നടക്കണേ
തെറ്റുകൾ പൊറുത്തെന്നുടെ പ്രാണനെ
നിന്റെ പാദാരവിന്ദത്തിൽ ചേർക്കണേ
കൃഷ്ണ കൃഷ്ണ മുകുന്ദ ജനാർദ്ദന!
എന്റെ ഓർമ്മകൾ നീ മാത്രമാകണേ
കൃഷ്ണ ഗോവിന്ദ നാരായണാ ഹരേ
നിന്നിൽ ഞാനലിഞ്ഞൊന്നായി മാറണേ!
അച്യുതാനന്ദ ഗോവിന്ദ മാധവാ
നിന്നിൽ ചേർന്നു ഞാനില്ലാതെയാവണേ
നിന്നിൽ ചേർന്നു ഞാനില്ലാതെയാവണേ!